野地球生 ⚽

台灣移民工足球紀事

Free Kick in the Wild Field ～
The Story of Taiwan Immigrant Workers'Football
Membumikan Sepak Bola di Tanah Formosa
ฟรีคิกในแดนดิบ
sức sống từ bóng đá hoang dã

野地球生 ⚽ 目錄

台灣移民工足球紀事

English Contents

Bahasa Indonesia Daftar Isi

野地球生

台灣移民工足球紀事

9

 **ภาษาไทย** สารบัญ

野地球生

台灣移民工足球紀事

11

台灣草根足運的融匯願景 ── 國際移民與

中華民國足球協會理事長 邱義仁

足球是世界上最受歡迎的運動，社會大眾對足球運動的熱情參與是帶動國家足球盛行的主因。近年來，台灣基層草根足球逐漸發展，兒童、青少年及女子足球活動方興未艾。值得關注的是，移居暫留台灣的國際人士、特別是來自東南亞的藍領移工，把在母國對足球的熱愛漂洋過海帶到台灣來。

藍領移工的跨國工作在亞洲是相當重要的人權、社會及貿易議題。足球對於在台灣國際移民而言，兼具著抒解勞動壓力、思鄉情感及自我實現的作用。台灣社會也透過足球更多認識移工族群及其國家，對於改善移工的刻板印象及社會平等有正面的意義。

台灣是一個移民組成的社會，台灣第一支足球隊是日治時代英國人所組織成立的，台灣也曾由移民組成的中華民國代表足球隊，在亞洲足壇有過輝煌的戰績。如今，快速發展的移民工足運也正為台灣草根足球帶來更多參與的熱情及競技文化的交流。

厚實的基層才能大幅提升台灣整體的足球競爭力。因此足協近年來致力於深耕草根足球的發展，不但在 2019 年連續兩次獲得亞足聯獎項肯定，2020 年民間所舉辦的台灣盃國際移民工足球比賽更獲得亞足聯的支持，這是國際足球組織首度針對台灣民間足球活動所提供的贊助及肯定。深盼透過移民工足球與台灣在地的連結，共同為台灣足球運動形塑出豐沛多樣的草根文化及發展能量。

DATO' WINDSOR JOHN
亞洲足球聯合會祕書長

期待透過足球消彌既有偏見藩籬

我們亞洲足球聯合會很高興能大力支持台灣外籍工作者發展協會出版「野地球生」一書及其計畫。

亞足聯 2016 年 1 月發布新的未來展望與使命時，足球的社會發展便是其中一個重要的核心活動，亦是我們接下來四年的發展重點。

亞足聯夢想亞洲基金會成立三年多來，我們協助了 22 個會員單位超過 30 個企劃。我們對這樣的成績感到非常驕傲。

2020 年我們首次支持中華台北的計劃，藉此嘉惠許多來自亞洲國家的移工，讓他們能透過足球想起母國家鄉的溫暖。

這個企劃連結了在台灣 72 萬名來自印尼、越南、泰國的移工朋友得以享受運動樂趣，讓這些國家找到對海外家人的支持。

透過本書的出版，我們祝賀台灣外籍工作者發展協會自 2015 年以來移民足球計畫的成功。也在亞足聯 AFC 夢想亞洲基金的支持下，我們期待足球運動能持續消彌既有的偏見藩籬，發展出一個整合共好的社會。

亞足聯感謝中華民國足協對於這個比賽持續的投入與支持，也邀請協辦活動及編寫此書的各位，一同慶賀這次的成功。

野地球生 台灣移民工足球紀事 13

2020亞洲足球聯合會夢想亞洲公益指定項目

我們移工足球的熱情草場

情義相挺

徐瑞希／台灣外籍工作者發展協會創辦人

2015 年初夏的週日，偶然在台北火車站發現身著帥氣足球行頭的移工發傳單，找印尼同鄉去看足球賽。我好奇的上前詢問，才知他們是印尼移工足球聯盟的球員，自此 GWO 開始跟移工足球結下不解之緣。

我參加的第一場移工足球賽是在台北的福和橋下。球場草地坑坑洞洞，球網也很破爛，跟印尼球員一身的足球行頭難以聯想。午後突然下起大雷雨，但球員冒著大雨踢球，好說歹說才不甘願的停賽躲雨。躲雨的當下，一群印尼球員和同鄉的球迷開始揮動巨幅的印尼國旗及球隊旗，興高采烈的齊唱起印尼國歌。

沒等雨全停，一群球員又趕忙上場比賽。原來平時他們不知到哪裡才能借到球場，好不容易當天球場沒有被借走，不畏路途遙遠跑來相聚踢球的中南部球員怎能因為下雨就停賽？

認識了印尼隊的阿里隊長之後，GWO 會內 2 位印尼籍同事發揮同鄉的熱情，開始幫忙足球隊找場地辦 10 月的印尼盃足球賽。接下來，因為原定合作的單位內部有問題，以致我們被迫主導籌備台灣第一次的外籍移工足球賽。為了突顯跨國移工在台灣落地發展的意涵，因此這個足球盃賽叫做「台灣盃」。

缺乏經費、籌辦球賽的時間又倉促，好在有外籍移工朋友及時投入協助。當時，GWO 週日將辦公室免費借給越南移工舞蹈團練舞，當她們聽到協會為移工足球賽發愁時，義不容辭的承擔起比賽志工，範圍從準備場地、球員檢核、進場前導、現場管理兼清潔等等無所不包。

在和煦的陽光下、在台灣新莊的田徑場，2015 年 12 月 13 日第一屆台灣盃就這樣開賽了。當開幕進場音樂響起，印尼、越南、泰國及 T2 聯合隊旗領著各球隊出場時，球員及場邊移工觀眾都露出笑容及驕傲的神情。

難以忘懷那些在比賽場上賣力奔跑的身影，球場外的跑道有老的小的台灣人在跑步，媽媽推著嬰兒車、外籍看護推著坐輪椅的老人在散步。移工足球運動開始進入台灣人的日常，這是此一活動的初衷之一。

在激戰終日的最後勝負，有人歡呼、有人流淚，但更多的是不同國家移工朋友彼此相視而笑，握手言歡。在白領與藍領工人之間、在東南亞的印尼越南與泰國人之間、在東南亞人與歐美人之間，在外國人與台灣人之間，刻板印象的界線也開始模糊。

2017 年，GWO 因為缺乏經費面臨停擺的困境，水火裡掙扎脫困的我們根本沒有餘力自辦台灣盃。但移工球員的來訊始終沒有間斷。透過 FB、mail 及 Line，很多移工來問：今年什麼時候舉辦台灣盃？移工使出悲情攻勢：「明年初我就要回國了，這是我最後一次可以參加台灣盃，拜託一定要辦啊！」「過年回越南時，我花很多錢買了新的足球衣、足球鞋，如果沒有球賽我怎麼辦？」等等。

2018 年 GWO 承辦新北市政府移工足球賽，為了讓報名隊伍都能參加，我們舉辦了 26 隊的預賽，比賽打了 3 整天、從上午 8 時踢到晚上 8 點。夜色暗了，不顧經費足不足夠，只能付費開著球場的大燈繼續賽程。許多移工足球員經歷在新莊這個國際級球場的夜間踢球經驗，留下難忘的足球記憶。

多年來為了舉辦台灣盃相關的現場秩序、經費及人力等問題，GWO 內部總要經歷很大的爭扎。最終讓我們放膽決定續辦足球賽的原因，總是來自移工對球賽的認同、自發參與的熱誠及自主管理的承諾。

2019 年台灣盃總決賽獲得台北市體育局的大力支持，免費提供世界大學運動會的場地台北田徑場舉辦。然而這麼大場地的布置經費對我們一個小小的 NGO 造成莫大的壓力。眼前的困境別無他法，只剩神救援一途。我能做的是跟上帝禱告，印尼同事祈求她的阿拉，越南同事燒香拜拜。最後，因為猝逝的越南移工隊長阿煌的託夢有了轉機。

阿煌因為 2017 年參加新北市移工足球賽時結識，後來 GWO 越南同事也義務幫忙他找到新的雇主，有份不錯的工資。在勞碌的工作之餘，他熱衷組織海陽省同鄉練習足球。2019 年 5 月我在台中的越南足球聯盟比賽中見到他，提醒他要注意工作安全及健康，6 月初卻在越南同鄉會的臉書看到他突然過逝。我到新竹參加他的天主教喪禮，將協會感謝他積極推動移工足球的感謝狀送給他的老父帶回越南，好讓他的稚子知道爸爸是如此熱愛足球、關心同鄉的品格。

就在我們為找不到經費舉辦台灣盃百般苦惱時，幾乎不做夢的越南同事說她夢到阿煌用越南語說：「姐姐，今年的比賽要辦，請不要擔心，我會幫忙找錢。」

為著相信阿煌隊長，我們在猶豫中開始籌備台灣盃。沒想到，一些熱心的台灣朋友像天使般及時幫助我們找到贊助，而且是恰如其份、剛好夠用的經費。

　　說來 GWO 一路走來開拓出的新服務，特別是移工有需要、主動找來幫忙時，經常憑藉的不是有多少經費，而是跟他們一起規劃、分工及執行。每個活動的初期都非常艱苦，但靠著相信移工朋友及同事們鍥而不捨的投入，一個一個新活動就這樣持續的被舉辦出來。

　　這些年來，移工足球得以發展靠的是許多人熱情的付出，一路情義相挺。我熟悉球場上許多球員的臉孔、有的人我說得出名字，像最初為了組織移工足球而積極奔走的印越泰領隊，印尼移工阿里、沙多，越南海陽隊的阿煌、泰國隊的泰鑫、提供足球專業諮詢的台北動物隊 James、T2 總監吳山等等。還有許多移工、新住民及外籍生週日來球場當志工，從一早球隊報到、布場到太陽下山球賽結束後的場地整理。

　　包含移工在內的外籍朋友在台灣沒有選票，政府也沒有提供多少的經費幫助，但不時還有一些初識的台灣朋友被移工足球追求平等的價值所感動，幫忙四處找經費、找資源。還有我

野地球生
台灣移民工足球紀事
17

越南海陽隊隊長阿煌，積極組織同鄉參加移工足球賽。為了辛勞加班工作賺錢，他 30 多歲不幸猝逝。突顯在台灣移工職災死亡率遠高於已開發國家的困境。

根據勞動部 2018 年的統計，移工每 2 個小時就發生 1 起職業傷害、平均每 2 天就有 1.6 名移工因職災而失能，移工職災失能千人率是本國勞工的 2 至 3 倍。

們協會敬愛的外籍同事 Hesti 及芳花的無私奉獻，為著爭取他們的移工同胞能夠在台灣社會平等站起而努力不懈。

參加台灣盃移民足球賽的經驗成為許多移工球員難忘的異國打工記憶。回到母國家鄉後，有人致力組織社區足球運動、有人考足球專業證照、有人想創辦足球學校……

過去從未踢過足球、看過世界盃的我，這些年來不知多少個週日奔波在北中南不同的足球場去巡看移工足球比賽。看到一群球員忘情的奔跑在球場，彷彿自己也跟他們一樣汗水淋漓的熱情逐夢。

2020 年初，COVID-19 疫情開始蔓延，許多大型活動紛紛取消，沒球可踢的日子令許多移工苦悶難耐。幾位新北市的越南移工球員在河岸邊找到一個可以踢球的草地，他們克難的拼湊廢材做出球門、立起球門，在草地上開始踢球。

開始有移工球員加入台灣專業的足球俱樂部一起出賽、開始有台灣人加入外籍移民足球隊。為了讓移民足球有足夠的裁判可用，資深的移工球員也努力準備取得台灣的裁判證、利用網路學習國際教練課程提升專業。

來自不同國家移工朋友對足球的熱情，正讓台灣貧瘠的足球沙漠萌發綠芽，充滿勇敢追夢及多元文化交流的能量。一位移工球員說，足球讓我們這些來自同樣家鄉、身處台灣各地工作的異鄉人能聚在一起紓解鄉愁並互相支持，也激勵自己在艱苦的工作中，為追求夢想繼續頑強的奮鬥下去。同樣的，也因為許多不分國籍的足球熱愛者及熱情義助的天使和我們一起，激勵著我們在匱乏的環境中堅持往移民足球場的路上走去。

這正是本書書名野地求生的由來，謹以此書獻給所有在台灣打拚的異鄉人：

因著不敗的熱情，即使身處野地惡土，夢想仍可自由綻放！

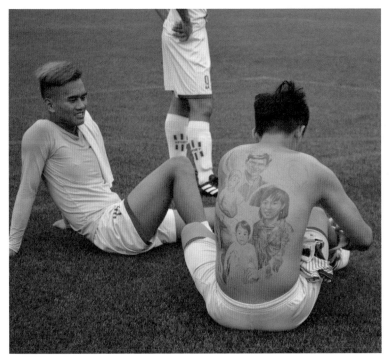

足球場上休息的越南移工背部的家人刺青，對遠方家鄉家人的思念及承擔都在身上。

我們共同走過的路

2015/12/04 新北市新莊田徑場

　　首屆「台灣盃國際移工足球比賽」開賽，包含印尼、越南及泰國移工代表隊，和 T2 的聯合國代表隊同場較勁。

　　開賽前的領隊倡議，各隊代表在台灣博物館舉辦記者會，共同簽署參賽承諾宣言，宣示各隊除了以運動員精神公平競賽之外，對台灣社會有所疑慮的事項如球賽不能進行賭博、服從裁判不能有非理性衝突及球場不允許抽菸、完善清理球場及週邊設施後才能離場等等規定，各隊以足球員的榮譽承諾遵守。

　　開幕式由越南志工帶領各隊揮舞國旗進場，各隊隊長代表球員宣誓遵守公平競賽的運動精神。

　　台灣首次跨國移工足球賽獲得台灣、越南及印尼媒體的關注報導，且由於印尼、越南及泰國隊都有從母國退役的職業足球員，來台灣擔任移工之餘利用週日參加同鄉足球賽的情況，更讓台灣媒體關注到移民工在台灣草根的熱絡發展。

　　各隊終日激戰分勝負，最後由越南及印尼代表隊分別獲得冠亞軍。

2018 台灣盃國際移民足球賽

2018/11/4 新北市新莊田徑場

趁著 2018 年世足賽的熱潮，因為經費問題一度中斷的台灣盃捲土重來。2018 年台灣盃初賽更創下高達 26 隊、10 多個國籍的外籍移民足球隊參賽，堪稱當年台灣最大的業餘足球盛事。

全球盛事最高潮的世界盃足球賽 7 月 15 日舉行冠亞軍爭霸賽，負責電視轉播的華視公司於 7 月 15 日在凱達格蘭大道舉行世界盃戶外轉播 -「世足冠軍之夜」，台灣外籍工作者協會更安排在台灣的日本、印尼、越南及聯合國家足球隊，在現場進行 5 人制球友誼賽。這是在台灣的外籍人士足球隊首次在凱道 PK，讓台灣民眾看見外籍人士的足球熱，並為「2018 台灣盃國際移民足球賽」暖身。

2018「台灣盃」結合台灣北中南區所產生的區域代表隊伍，共襄盛舉、決戰北台灣。精彩冠亞軍爭霸賽更由智林運動頻道首次提供公益轉播，最後由皇家蔚藍及越南新莊隊分奪冠亞軍。

2019 台灣盃國際移民足球賽

2019/11/17 台北田徑場　11/24 桃園青埔足球場

2019 年初，台灣外籍移工足球聯盟 TIFL 成立，並從 3 月到 8 月分別在台中朝馬及桃園青埔足球場舉行聯盟聯賽，更獲得台北市體育局協辦，在舉行過世大運開幕式的台北田徑場舉辦台灣盃足球賽。能在這麼棒的國際賽事場地參加比賽的外籍球隊都非常興奮。

本屆台灣盃以草根同樂會方式進行，強調「我們因足球而平等」價值，不分國籍、階級、年齡及性別，民眾只要喜歡足球就可以來參加。除了 8 強 15 國籍的激烈比賽，開幕式還有越南及台北女子足球隊的精彩對戰友誼賽，及台北幼兒花式足球表演。

雖沒代表隊參加足球賽的菲律賓，也在開幕式中帶來精彩的移工美模團 (OFWMTT) 走秀表演，展現在異鄉打拚移工的獨特魅力及追求夢想的創意。

台灣盃總決賽首次採用 2 天賽程方式進行。最後由甘比亞及越南海陽隊分奪冠亞軍。

2019/3/10　2019/4/7
新北市福和運動場

　　為提供外籍足球聯賽裁判及提升足球員專業，且因應移工足盟 TIFL 經費不足及聯賽急需裁判的現實考量，GWO 在 CTFA 的協助下，舉辦「2019TIFL 足球裁判多國語培訓營」，由足協國際裁判組專業授課、指導移工資深球員進行裁判內訓。完成授課時數及實習者，可獲得證書並具備擔任 TIFL 聯賽賽事裁判正式資格。

　　雖然語言不同，但講師與不同國籍學員間努力溝通，學習如何做專業裁判。非常特別的是，除了 15 位男性印尼、越南及泰國學員之外，還有 2 位越南女性學員參與課程。在福和運動場的裁判實習課中，學員從學習現場畫線到分組訓練，不同國籍學員都能分工合作共同完成課程。

野地球生

台灣移民工足球紀事

41

裁判難為

　　台灣盃足球賽參與的各隊球員國籍超過 20 個，面對不同國家的移民工球員在場上激烈的競賽，公平的裁判及有效的溝通非常重要。面對衝突的可能，裁判的壓力不小。

　　此外，雖然移民工足球賽參賽皆為男性球員，但開始有台灣及越南的女性裁判加入賽事。

兄弟情

　　我們因為足球而平等。場上球隊弟兄全力以赴，為求最好的表現彼此支援。

　　比賽結束，不分勝負、不分國家，大家變成好朋友。

踢翻地球 他鄉變故鄉

我們，因足球而平等
Football has a great uniting force ~
a universal language we speak and a common culture we
share

野地球生
台灣移民工足球紀事
47

正如同棒球與籃球，台灣的現代足球是由外來移民所引進的運動，外籍人士是台灣草根足球足球發展的歷史與來到台灣的外國人有密切的關係。

1949 到 1970 年代，台灣足球隊主要是來自日治時期留下的在台港籍球員、中國各省遷台的外省人及香港人，並結合政府積極招攬的香港地區球員，以香港僑民為主組成的中華民國代表隊當時寫下不少輝煌歷史。

1970 年代，台灣退出聯合國，國際賽成績下滑，國內足球賽事更難健全發展，台灣淪為「足球沙漠」。1970 年代以來的台灣足球全賴國家主導發展，民間的草根足球並不盛行，多數足球隊由國營事業、軍方主導。

台灣 1986 年解嚴後的民主開放時期，經濟快速發展的需求也帶來越來越多的外籍人士，這些外國人帶來家鄉所熱愛的足球運動，成為主要消遣，也與台灣在地產生連結、帶動台灣在地足球的活力。

以外籍人士為主體的台灣地方足球發展，跟以往以成績掛帥的國家足球隊不同，呈現著生猛多彩的草根性。本書透過訪問外籍足球隊員的故事，嘗試探索這些異鄉客與台灣在地足球的連結，如何發展出截然不同的草根足球樣貌。

遍地開花的移工足球

1998 年台灣政府引進東南亞外籍移工來台，從事台灣人所不欲之辛苦、汙穢、危險等產業。當時來台的泰籍及印尼籍移工，雖然平時的勞力工作很辛苦，但從家鄉帶來、隨時隨地可

文／施元文

上腳遊戲的足球仍然是移工平時最愛的運動。透過足球和家鄉人相聚同樂，向來是男性移工一解鄉愁的重要方式。本來是自己國家的同鄉自己玩球，接著附近工廠的移工也加入，足球取代了國籍的分野、同是附近移工開始一起踢球比賽。

最早的移工足球是從中南部開始的，且泰籍移工是最早在台灣形成足球隊及有較多隊伍的類聯盟組織的，並開始有區域性的足球比賽。2014 年，以南部印尼足球隊為主力組成印尼足球在台灣足球聯盟 TISL 成立，當時印尼隊大概有 20 多隊。2015 年 9 月，在台灣印尼足球聯盟主動求助 GWO 協助租借場地足球舉行年度比賽，GWO 發現在台灣的印尼、越南及泰國移工已有 50 多個足球隊，及其所碰到的場地使用等困難。

2015 年 10-12 月間，為爭取台灣社會發現移工對足球的熱愛及需要，GWO 在經費拮据的情況下，開辦第一屆的台灣盃國際移工足球賽，開啟台灣移工足球運動的轉變。2016 年以來，移工人數較多的城市如桃園、台中及新北市等城市陸續跟進舉辦地區移工足球比賽。

2019 年 1 月，全台外籍移民工組成的足球隊伍已超過 100 隊，為有效協助外籍移民足運在台灣遇到的場地使用等問題及發展困境，GWO 遂整合在台印尼、越南、泰國移工足球聯盟成立台灣外籍移工足球聯盟 TIFL (Taiwan Immigrants Football League)。

移民足球共同問題是球場難求

不同時代的跨國工作者來到台灣，為台灣帶來熱絡的足球風氣。1980 年代，主要來到台灣工作的以工業先進國的白領工作者為主，1998 年進入的則是為因應缺工需要的東南亞外籍藍領移工。兩相比較，白領階級來自工業先進國居多、教育程度一般較高 (才能被外派)、薪水優渥、受到台灣法令的限制也較少；而泰國、印尼、越南及菲律賓的藍領移工來自的東南亞是經濟、教育及政治較「落後」的國家，教育程度平均較低、薪水低、受到台灣法令的限制多，甚至不能自由轉換雇主。在台灣人的社會印象中，歐美日為主的白領人士較為優越，甚至對其有崇拜感；對東南亞移工因其母國落後及其所從事台灣人所不欲之 3K (辛苦、汙穢、危險) 產業，則多所歧視。這些先入為主的刻板印象，使得同樣都是跨國的藍白領外籍工作者在台灣的足球發展面臨同中有異的處境及問題。

無論藍領白領的外籍工作者多半會面臨場地難尋的問題。主要的原因除了台灣足球場地有限，也跟使用政府或學校場地必須經過一定的申借流程及繁複且為中文的文件作業有關。此外，活動進行有種種規定限制、場地復原規範等。一般來説，足球場地租借費用並不便宜，一般場地費用從半天 4000-10000 元不等，設備租用 (如球門、計分板等等)、各種名目的雜費及預交數萬元保證金，對於收入不高的藍領移工形成極大的負擔。再則，許多公有場地採取 E 化年度認養制度等限時登錄，外國人士經常因為缺乏及時資訊以致難以順利取得場地使用權，必須採取加入其它聯盟聯賽或盃賽形式。

此外，種族、工作階級、語言及文化歧視對東南亞移工特別造成足球場地及資源的限縮。移工足球賽往往只能租借到較為偏遠、草況較差的場地，還得考慮租借費用帶來的負擔，若在一些公共空間 (學校、公園、開放場地) 進行足球運動，更經常受到刁難、排斥甚至驅離。

移民足球最大問題在財源

　　台灣足球運動目前處於無法吸納眾多球迷，以致難以商業化、規模化發展，球隊 面臨財源問題。白領足球隊由於聚集練球、出賽頻率較高，也常有挑戰更高層級比賽的機會等因素需要更多經費，所以在財源需求顯得較為迫切，除了球員繳交費用外，還需要找贊助金援，否則可能陷入球隊無以為繼的停擺處境。藍領移工則因日常的勞動工作、休假時間較不固定及自由，足球賽機會不多，更難有足夠時間、球員固定練球等餘暇，挑戰更高層級比賽的條件，較欠缺尋找金援的優勢。

　　財源問題也影響著足球聯盟能否順利運作。例如有些業餘聯盟參加費不斷調高，但財務不透明導致聯盟實事頻頻中斷或難以如期舉，也造成與球隊信任關係的緊張，長此以往對聯盟專業化及永續發展甚為不利。至於 2019 成立以東南亞移工為主力的台灣外籍移民足球聯盟 TIFL，由於組織單位是台灣外籍工作協會 GWO，尋找台灣本地及國外資源稍微嫻熟，短期尚能因應聯盟足賽的需求，但能否找出持續的金援及有效的營運方式，仍將是考驗聯盟存續發展的關鍵。

　　雖然是業餘的草根足球，但也有老牌的隊伍發展出完整規模的組織運作。以紅獅隊為例，紅獅體系下有許多角逐不同賽事的隊伍，也有兒童球隊及青訓梯隊，各領域代表會組成委員會討論，並大約兩到三年會舉行會議，決定人員變動及球隊發展方向。球隊的分工與組織性非常重要，球隊裡的委員會也可能包含了管理方式、教練、球員、甚至球迷代表，就像是形成足球運動中的公眾討論模式。紅獅更有負責比賽外活動規畫的部門，由現役球員或年長球員擔任，也舉辦老中青三代球員一起交流的聯誼會 (REUNION) 等，分工、分治但共同整合的模式似乎能作為一種球隊擴大發展的參考，同時，或許透過這樣模式能夠吸收到更多元、來自各方不同的聲音與需求，並做出最合適的選擇或共識。

多元融合的草根足球願景

台灣並非不具足球文化，而是正在發展足球文化。值得注意的是，蓬勃的草根移民足球可能是此刻推動台灣足球運動文化的新活水。

2018 世足熱外籍移民足運也發燒。CTFA 邱義仁理事長觀戰 2018 台灣盃冠亞軍賽後接受英文媒體訪問指出，外籍移民足球比賽應可常態性舉辦，或可成為激勵台灣足球運動發展的新力量。

GWO 多年致力推動的台灣外籍移工足球運動除獲得印越泰等移工母國的肯定之外，更榮獲國際組織「2020 亞洲足球聯合會夢想亞洲公益指定項目」的支持，這是亞足聯 AFC 首次贊助台灣民間 NGO 足球活動，見證移民足球促進台灣社會多元融合的努力。

（註）本篇與台灣相關的、較具備官方性及系統性足球歷史紀錄中，多是關於台灣足球整體如何由盛轉衰的史料整理。球隊面向具有較完善歷史紀錄的多屬於與軍方、企業密切相關的球隊，如飛駝足球隊、台電、大同足球隊等。

至於地方、社區、女子足球及與多元族群相關的草根球會、俱樂部的紀錄，則相當零散稀少，現有的文獻及田野調查可參考勁風足球隊、雷鳥足球隊、孔雀體育會、木蘭女足與台北紅獅等。

老外看台灣足球運動

文／施元文

本書受訪的外籍人士最初都是因為工作來到台灣,他們將在母國的足球熱情也帶到台灣,踢足球組織球隊聯盟,甚至轉進投入台灣的足球體壇。很多人因為在這個被視為足球沙漠的台灣,竟能與來自不同國家、風格殊異的球員有著足球比賽及文化交流經驗感到無比的新鮮,故而對台灣發展出一個可能的草根足球綠洲也有著滿滿的期待。

本書受訪的足球員一致肯定台灣草根足球的發展越來越趨熱絡,對於帶動整體足球運動的風氣極有助益,他們不約而同的指出,要提升台灣足球運動的發展未必只著重在球員的體能或球技,關鍵反而是在足球運動文化的建立,而此正是來自蓬勃的草根足球的動能。

前皇家蔚藍總教練 Robert Iwanicki 指出,培養一支球隊、乃至於整個足球環境的價值觀與文化,往往比單純的技術、體能訓練來的重要、且能塑造更深遠的意義與影響。Inter Taoyuan 的亞買加裔加拿大教練 Oliver 也強調,運動文化的建立才是發展的基礎,台灣多數人認為運動只是遊戲,足球亦然,認為只是遊戲所以賺不了錢、不願投入。但真正的足球當然不只這些。

Oliver 說,也許現今商業足球談最多的不再是熱情、文化或愛,而是能賺多少錢、多少轉播金、會費等等。但台灣不該一開始就效法這樣的商業化思維,因為最一開始,那些足球強國並非以商業足球做起,而是一步步發展成一個規模產業使然。因此,台灣應該先思考的是,如何將足球融入生活,讓所有生活的價值同樣仍在足球中被找到,這是形塑運動文化的第一步。

波蘭裔德國籍的 Robert Iwanicki 指出,台灣因為沒有長久所累積濃厚的足球文化做根基，足球運動很難商業化的發展，未來必須得靠後天努力，思考如何更積極的行銷、將足球帶入生活，吸引更多的觀眾與球隊的連結。他舉例，很多國外的大球會擁有如此雄厚的財力球迷不只是花錢買門票，同時球場內也販售啤酒、零食及各種紀念品及各種會員促銷商品。

　　來自哥倫比亞的毛一風 (Mauricio Cortes) 認為，台灣足球場邊總是空空盪盪的，只有場上的球員孤軍奮戰。其實足球不只是比賽，多點食物、活動及音樂，將吸引更多台灣人會愛上足球，甚至因此變成球隊忠實粉絲。這些看起來似乎是玩樂的事，卻是從草根一點一滴建立起來紮實的足球文化。

台灣外籍移工足球的發展

文／徐瑞希

亞洲是國際移工主要出入駐留的區域，來自東南亞、南亞的移工離開落後的故鄉，跨越國界前往進步的國家從事艱苦危險的勞力工作，為的是改善家庭貧困的生活。平均偏低的教育背景，語言文化及工作階級的差異，及勞力媒介的政治商業勾結的特權結構，使得絕大多數的移工必須在脆弱的人權困境中奮力謀生。

台灣自 1998 年引進東南亞外籍移工，隨著少子化及缺工的嚴重問題，2019 年底全國約有 72 萬名移工，其中還不包含近 5 萬名的無證／非法移工。將近半數的男性移工在工廠、漁船、建築工地、農園、屠宰場等台灣人不願從事的場域辛苦的工作著，許多離鄉背井的移工因為語言及文化差異面臨極大的工作壓力，並以平均高於台灣工人 2.6 倍的比例，在工作災害中受傷、殘廢及死亡。

放眼亞洲更多不同國籍的移工，不堪的人權處境更加深了社會對移工的歧視。台灣是一個民主進步的國家，近年來保護移工的措施雖也逐漸改善，但相關勞權制度對移工仍有許多差別待遇，社會中也存在對東南亞移工的歧視偏見。

另類歧視～移工足球的場地問題

1998 年台灣政府引進東南亞外籍移工來台，從事台灣人所不欲之辛苦、汙穢、危險等 3K 產業。當時來台的泰籍及印尼籍移工，雖然平時的勞動力工作已經辛苦，但從家鄉帶來、隨時隨地可上腳遊戲的足球仍然是移工平時最愛的運動。透過足球和家鄉人相聚同樂，向來是男性移工一解鄉愁的重要方式。本來是自己國家的同鄉自己玩球，接著附近工廠的移工也加入，足球取代了國籍的分野，同是附近移工開始一起踢球比賽。

　　最早的移工足球是從中南部開始的，而泰籍移工最早在台灣形成足球隊及有較多隊伍的類聯盟組織，並開始有區域性的足球比賽。2014 年，以南部印尼足球隊為主力成立印尼足球在台灣足球聯盟 TISL，當時印尼隊大概有 20 多隊。2015 年，GWO 發現在台灣的印尼、越南及泰國移工已有 50 多個足球隊，及其所碰到的場地使用等困難。

　　由於台灣足球運動並不盛行，足球運動場地少，場租費用不便宜，且多數要以中文申請的繁複手續及現場管理細節等門檻，移工極不容易取得或穩定使用足球場地。往往只能租借到較為偏遠、草況較差的場地，還得考慮租借費用帶來的負擔，若在一些公共空間 (學校、公園、開放場地) 進行足球運動，更經常受到刁難、排斥甚至驅離，這些排斥其實多半還是起因於大眾對外籍移工的負面刻板印象。

萬事起頭難～ 2015 台灣盃國際移民足球賽開戰

　　成立於 2013 年的台灣外籍工作者發展協會 (GWO) 是一個提供移工母語服務的非政府組織。2015 年 9 月，在台灣印尼足球聯盟 TISL 主動求助 GWO 協助租借場地足球舉行年度比賽，GWO 才發現在台灣的印尼、越南及泰國移工已有 50 多個足球隊，及其所碰到的場地使用等困難。為此，GWO 開始整合印尼、越南及泰國移工的力量，開辦「台灣盃國際移工足球比賽」，希望藉由足球這項運動改善移工使用台灣公共空間所受到的歧視，也提供移工更多元的休閒活動。

　　舉辦台灣盃最擔心的是移工球員或觀眾現場發生打架喝酒

等失序行為，讓好不容易借到的場地又遭驅離，於是 GWO 在賽前舉行各隊領隊會議，將場地規則、比賽辦法、FIFA 足球賽規則及運動員誓詞都翻譯為英文印尼文越南文泰文版本，好讓各隊長簽名遵守承諾並宣誓。

2015 台灣盃活動吸引了台灣、印尼及越南媒體的熱烈報導及討論，台灣社會開始關注外籍移工在勞動之外的公共空間使用的困境及其勞權之外的需求。2016 年移工人數較多的城市如桃園、台中也跟進舉辦地區移工足球比賽。

台灣盃足賽也讓印越泰移工開始跨越不同國家界線、進行彼此的足球交流及競賽。且因邀請在台外籍白領球隊參賽，也打破原本藍白領的階級界線，陸續有白領足球隊邀藍領移工球員入隊成為球隊的一份子。

2016 年開始，在台灣的越南、印尼及泰國移工組織足球隊的腳步加快，特別是越南人，以家鄉的省份為名迅速成立足球隊、組織聯盟，甚至以此同鄉會的聯盟組織為越南移工社群提供聯絡服務的更多服務。有趣的是，在首屆台灣盃賽時，意外發現幾位曾在印尼、越南有過國家代表或職業足球隊經歷的移工，有人是聽說在台灣有足球可以踢而選擇來到台灣打工。透過同鄉聯盟組織的社群，更多欲出國工作且熱愛踢足球的印尼越南及泰國人風聞台灣有移工足球可參加，而直接選擇來到台灣工作。

激動風潮～ 2018 世足熱外籍移民足運發燒

2018 年 7 月，搭著世足熱，GWO 爭取到移工足球隊參加總統府前凱達格蘭大道的「世足冠軍轉播之夜」表演足賽，在台灣的日本、印尼、越南及聯合足球隊，在現場進行 5 人制足球友誼賽，向台灣社會介紹移民足球。

　　9 月在新莊足球場的新北市移工足球預賽創下 26 隊移工足球參賽，是台灣業餘足球賽的盛事。11 月的台灣盃國際移民足球賽更整合台灣中南部的移工足球代表隊北上參賽交流，智林運動頻道也首次轉播台灣外籍業餘足球賽，不但激勵更多移工加入足球隊，也讓更多台灣民眾認識移工足球。

　　新任中華民國足球協會的邱義仁理事長觀戰台灣盃冠亞軍賽後接受英文媒體訪問指出，外籍移民足球比賽應可常態性舉辦，或可成為激勵台灣足球運動發展的新力量。

融入草根～ 2019 成立台灣外籍移工足球聯盟

　　2019 年 1 月，全台外籍移民工組成的足球隊伍已超過 100 隊，為有效協助外籍移民足運在台灣遇到的場地使用等問題及發展困境，GWO 遂整合在台印尼、越南、泰國移工足球聯盟成立台灣外籍移工足球聯盟 TIFL (Taiwan Immigrants Football League)。TIFL 首要之務在爭取移工足球運動的場地，讓印尼、越南及泰國各自的足球聯盟比賽可定期進行。透過許多溝通、協調及公文往返，終與台中市及桃園市體育局達成場地定期使用協議，從 3 月到 8 月分別在台中朝馬及桃園青埔足球場舉行聯賽。。在場方嚴格要求下，移工足球隊學會自主管理，執行使用場地的相關措施及清理球場。

　　TIFL 成立宗旨在整合不同國家熱愛足球的移民工資源，辦理台灣盃常態性聯賽、與台灣足球隊交流比賽、培訓多國語賽事裁判及運動傷害防護基礎課程，以提升移工球員足球的專業水平，促進其融入台灣草根足球之發展，成為台灣足運的新力量。

為因應移工足盟 TIFL 經費不足及聯賽急需裁判的現實考量，GWO 在中華民國足球協會 CTFA 的協助下，在 3-4 月舉辦「足球裁判多國語培訓營」，由足協國際裁判組專業授課、指導移工資深球員進行裁判內訓，使其具備擔任 TIFL 聯賽賽事裁判的專業資格。國際裁判來幫資深球員上課，讓資深的移工足球員有機會更上一層樓，也為經常付不出裁判費的移工足球隊訓練裁判。以中文授課的方式，必須事先翻譯最新足球規則為英印越泰文，同時上課也備有翻譯，以便清楚溝通。

草根同樂～ 2019 台灣盃國際移民足球賽

2019 年台灣盃總決賽獲得台北市體育局的大力支持，免費提供世界大學運動會的場地舉辦，於 11 月 17 日在台北田徑場開戰。台北田徑場是符合國際足球總會認證的國際比賽場地，目前是台灣城市足球聯賽場地及中華台北國家足球隊主場，2017 臺北世大運開幕式場地。對許多熱愛足球的人來說，台北田徑場是他們夢寐以求的運動賽事聖地，人生中能有一次步上台北田徑場繞場是多麼榮耀的事。

2019 台灣盃強調「我們，因足球而平等」，希望不分國籍、階級、年齡及性別，民眾只要喜歡足球，就可以來參加比賽。參賽的外籍 8 強有代表印尼、越南在台足球聯盟代表隊、代表泰國足球聯盟的立青隊 Liching、甘比亞隊 Team Gambia、白領及台灣體育大學代表隊。將近 200 位隊員包含台灣，印尼，越南，泰國，甘比亞，英國，法國，美國，馬拉威，荷蘭，南非，德國，巴西等 13 個國籍，他們都是在台灣工作、結婚及讀書的外籍朋友。

因為足球，不分國籍、階級、年齡及性別的人們，都可以平等的在台灣的土地上追求夢想，是整個活動的精神。

我們，因足球而平等

　　舉辦台灣盃不僅是財源經費的問題，現場的秩序也是極大的壓力。由於募款及經費相對困難，訓練移工執行符合台灣場地規範細節的自主管理能力勢在必行。經過過去多年的努力，許多公共足球場地的規定、球員及觀眾必須遵守的現場規範，GWO 雖已完成英文、印尼文、越南文及泰文的翻譯版本，但不時新加入的球員及觀眾仍須持續進行教育推廣及提醒，相當不易。台灣社會的足球風氣並不盛行，再加上對東南亞及移工雙層的負面印象，現場的球員、甚至連觀眾若有失序情況發生，皆可能對接下來場地的使用及尋求經費有不良的影響。

　　來自東南亞的移民、移工及學生將近百萬人在台灣。他們將母國蓬勃發展的足球運動帶到台灣，成為許多移民工的心靈慰藉。東南亞許多國家的足球排名領先台灣，期待台灣在大力發展本土足球運動政策的同時，能透過外籍移民在台灣鍥而不捨的投入足球運動的熱情，改變人們理解不同國籍移民工的視角，平等相待。GWO 以結合外籍朋友共同推動移民足運的做法，不只是打破藍白領的階級分野、推廣國際工作者在台灣公共空間的使用平權，更能促進其與台灣社會及在地文化的交流。

　　總的來說，以足球做為移民工在台灣社會平等價值的實踐，至少包含了幾個面向。首先，移工不只是勞動力，移工不是機器人，移工也交稅，因此除了勞動相關權益的保障之外，他們也應享有與台灣人一樣的公共資訊進用、公共空間使用等平等權利及公共服務；其次，移工足球促進了不同國籍者及族群之交流，也跨越藍白領的分野，促進不同社會階級之交流。同時，移工足球不僅在於提供運動交流，更為移工自主管理、參與社會組織的能力進行賦權培力；也藉由移工足球的風行促進外籍移民與台灣在地草根足運之交融，開創一種雙向交流的共好局面。

新二代興起 改變中的台灣足運

文／施元文

中華民國足球協會 (CTFA) 秘書長方靖仁受訪表示，CTFA 已意識到新移民這股新勢力或能成為幫助台灣足球正向發展的一股助力，同時也反映在 CTFA 主管的企業聯賽規定。目前的要求，只限制了外籍球員於場上的數量，而非整個球會中外籍球員登錄的數量，正是認為外籍球員的加入能讓不同族群人士都有舞台發揮，也能引導促進本土職業球員的競爭力。

外籍足球對台灣足壇的影響力也日益加深，不只是外籍球隊與外籍教練團，也來自多元族群在台灣組成家庭的新二代，許多學校校隊、甚至青少年國家隊的成員，其實有很多都來自新移民家庭，這些新移民正是促使台灣足球步上軌道的一股不可缺少的力量，同時也能藉此顛覆台灣對新移民、新二代是弱勢的刻板印象。

關於整合民間聯賽、促進不同族群的足球交流與公平化資源分配這些事情，在推動與實行上仍是有難度，以 CTFA 目前的人力資源，大多投入在國家隊培訓與職業聯賽發展，要做到全面性的調查、紀錄，甚至整合台灣外籍聯賽與球隊，仍是十分艱難的事。CTFA 目前的作法是盡量去瞭解民間聯賽，雖然無法做到經常性的主動接觸或扶植相關賽事，但若民間聯賽有需要幫助並主動提出，CTFA 也將在能力所及範圍內提供協助。

移民工足球員

梁保華
Victor

原國籍：加拿大

見證外籍人士在台灣足運發展

● TIFL 南部聯賽總監 /T2 南部聯賽負責人

　　55 歲的 Victor 現任台灣外籍移民足球聯盟的南部總監，Victor 除了參與不老足球，也在高雄美國學校擔任教練，是 TIFL 南部聯賽總監。

　　有著台灣血統的 Victor 小時候家移民加拿大。足球安定了他叛逆的青春期時，成年後回到台灣工作並投入足球，組織足球隊、挑戰業餘比賽，見證了 1980 年代以來外籍人士在台灣的足球發展歷程。如今年過半百，除繼續規律的足球運動，更運用他在足壇熟悉的人脈，組織不同國籍足球愛好者舉行比賽。

Victor 小時候全家移民加拿大，從小好動的他透過踢球不斷的認識新朋友，尤其他很喜歡在比賽時大家一起合作的感覺，即使隊友或對手是初識的人，因為踢球也能讓所有人團結在一起。

　　1980 年代正是台灣足球由盛轉衰的年代，國際賽的優異表現不再，基層的草根足球風氣也跟著受影響。大學剛畢業的 Victor 一回到台灣，滿腔的足球熱血便趨動著他四處去找球場。那時候在公館的台灣大學，有很多外國人跟學生都在踢球，Victor 也加入，結識許多朋友。不久後透過介紹，他參加台灣老牌的外籍足球隊「台北紅獅」。當時紅獅是台北唯一一支外籍人士的足球隊，因為大家平日都要上班，假日才有空相約踢球玩樂，所以舉辦的聯賽叫 Sunday League，也就是現在的上班族聯賽。

　　1992 年 Victor 進入俊利建設足球隊，開始在全國男子甲組聯賽拚戰。當時的俊利建設剛從乙組升級甲組聯賽，團隊正在找新球員補強，教練觀摩紅獅球賽時，挖掘了 Victor 和另一名就讀台大的英國留學生 Alex，成為早期加入俊利球隊的非本土人士。當時 Victor 白天在世貿中心上班，常常下班後要趕去蘆洲練球，晚餐只能在車上解決，一直練球到晚上十點回家，隔天又要早起上班。雖然真的很累，卻是他畢生難忘的回憶。

　　成立球隊是 Victor 一直以來的夢想，他離開俊利後排除萬難，又因自己生肖屬龍，所以 2000 年在台北成立「台北龍」TAIPEI Dragon 球隊。球隊成員來自不同國家，有許多日本人，也有歐美與中東人。在球隊的磨合時期，比賽時常常是自己國家的人找自己人，經過多次協調、要求球員與不同國籍球員都要配合後，TAIPEI Dragon 漸漸改善、創造佳績。例如，在當時上班族聯賽中，一年依照季節有四次循環，TAIPEI Dragon 是當時唯一一支球隊，在一年內贏下四個巡迴 CUP TITLE 的球隊。TAIPEI Dragon 也曾到澳門、香港、泰國、菲律賓參加國際業餘足球賽事，就像業餘版的 AFC Champions，並打進到 Final Round。

　　2003 年 Victor 到菲律賓工作，TAIPEI Dragon 球隊因無

人管理就漸漸散了。雖然球隊短短存在 3 年，但當時的球員如今有許多仍在台灣足球圈發展。像當時加入的日本籍球員許多還在日本在台足球隊 JFC；深耕台灣國家青訓、中華男足總教練的王家中教練，及桃園國際女子隊 (Inter Tauyao) 的牙買加籍教練 Oliver 也曾是球隊一員。

在菲律賓工作的 8、9 年間，Victor 因為工作過於忙碌，是他唯一中斷過足球運動的時候。2010 年他移居回到台灣高雄，雖然人生地不熟，但天生的足球腳領著他，終於在高師大等球場找人踢球，後來又加入常在高雄三民家商踢球的老牌外籍球隊「百步蛇」。Victor 說，有人問在要去哪裡才有足球可踢？其實只要一直不斷帶著球往球場跑，自然而然就可以碰到各種不同的球隊及球員。

近年來，Victor 年紀漸長，慢慢跟不上百步蛇的年輕球員，於是轉到雷鳥足球俱樂部，加入裡面的長青隊伍，參加高雄不老足球協會的比賽。Victor 目前也致力推動不老足球的聯賽。他說，高雄有很多從以前就踢到現在的 50-59 歲球員，希望台灣足壇不要忘記這些早期的球員，可以像國外球隊那樣舉辦 REUNION 比賽，讓這些不老球員還能披上懷念的戰袍，再聚首一起踢球。「人們常說要活到老、學到老，我們這些足球瘋則是活到老、踢到老，」他說。

回顧至今的足球生涯，Victor 感慨足球環境的變化。例如過去高雄的老球隊國訓，球員都是服兵役的，但因後來台灣兵制的役期縮短，無法找足球員能踢完一整年聯賽，Victor 就從中協助調借許多外籍球員來參賽。但國訓男足終究因為兵源不足而在 2018 年解散、走入歷史。又如 Victor 當年來台時參加的紅獅隊，多年來球隊隊徽從未改變，但人換過一批又一批，早無當年舊識。

　　經歷過許多外國人足球隊的起起伏伏，Victor 認為，在台灣的外國人雖然很喜愛足球，但因為沒有太多人願意出來把大家團結起來，且球隊通常都各做各的，等著別人辦比賽再參加，因此難以發展出有規模的草根足球聯賽。

　　Victor 對台灣有越來越多學童參加足球訓練的風氣，在喜悅中難掩憂慮。他認為，台灣很多年輕球員找不到自己的體系、踢球的風格，小朋友常常都聽了很多不一定是自己教練的大人給的意見，這樣很容易造成混亂。Victor 強調，在要求個人踢法該怎樣之前，團隊配合的移動與站位才是最重要的，球員的個人風格並不會限制或叫球員修改自己的動作等等。理想的情況是每位球員都能找到自己適合的教練，教練也能針對不同球員去做量身訂做。

羅伯特・伊瓦尼斯基
Robert Iwanicki

原國籍：德國

融合外籍與台灣球員的挑戰

●台灣 U-14 代表隊教練 / 前皇家蔚藍、台北紅獅總教練

　　1980 年代，Robert 從德國外派到台灣擔任智慧型手機及 IT 工程師，後來因為足球而在台灣落地生根。本來組織球隊參加台灣企業甲級聯賽，現在則是台灣 U14~U15 代表隊的教練。

　　來自足球文化富饒的歐洲，Robert 的成長經歷影響著他對足球的熱愛及信念。早已適應、喜歡在台灣生活的他，更想以他所熱愛的足球貢獻給台灣，持續培養足球人才、出版國外教練刊物以推廣專業，並重建目前暫停運作的的皇家蔚藍足球隊，能以更本土化的新面貌東山再起。

出　生於波蘭的 Robert 青少年時期移民德國。在足球運動盛行的波蘭與德國的時光塑造了他難忘的足球童年。在波蘭的童年雖然沒有加入俱樂部幾乎每天放學後都在社區的小球場與朋友一起踢球，一踢就是 4 、5、6 個小時。12 歲左右，全家移民到德國，Robert 加入鄰近地區的足球俱樂部，那也是他爺爺註冊的俱樂部，因此開始了更規律的足球訓練。之後 Robert 加入一個更大的足球青訓系統 -- 久負盛名的「沙爾克04 足球俱樂部」。Robert 向來以沙爾克有出色的青訓、出產許多頂尖球員而自豪，年輕球員輩出。到了台灣，沙爾克的精神也仍伴隨著他，Robert 與友人成立的足球隊，也就是皇家蔚藍 (Royal Blue)，靈感來源便是沙爾克的代表色與暱稱。

　　1980 年代，本來在德國從事手機開發技術工程師的 Robert，被派來台灣短期工作，沒想到就此與台灣結緣。剛來台灣時，下班後他參加球隊開始在上班族聯賽中踢球，也曾效力過台北紅獅等老牌的外籍球隊。本來是一邊上班一邊投入足球運動，也在學校教足球，因為太愛足球，為避免分身乏術，乾脆離職、完全投入足球事業的發展。

　　之後，Robert 偕同另一名領隊 Matt Underwood 接手「羅素俱樂部」並將其改名為 Royal Blue。球隊成立的目的是為了讓來台灣工作的德國及其他國家的人，想踢球時有個球隊歸屬。一開始也設立了要往更高的聯賽攀升的目標。

　　經過 Robert 等人大刀闊斧改革球隊，球隊參加比賽的成績不斷突破。但 2013 年一闖全國城市聯賽 (現在改制後的企業甲級) 時，因為聯賽對外籍名額上場的規定而遇上困難，讓球隊看到在磨合外籍與本土球員的問題，同時意識到了培育本土球員、打造足球文化價值對於凝聚球隊的重要性，開始規劃足球學院、尋找本土新血融入球隊等工作。這些改革迎來了豐碩成果，在 2014 上班族賽季獲得冠軍。2015 年東山再起再闖城市聯賽資格賽，隨著這年聯賽外籍球員規定又有所改變，皇家蔚藍必須增加外籍名額，選出更堅實的陣容。最後成功突圍，進入了全國城市聯賽這一當時台灣的頂級賽事。

2017 年聯賽改制為現今的企業甲級聯賽，宣告聯賽朝向更職業化、更競爭的方向前進，而這時的蔚藍面對的經費問題越來越嚴峻。

皇家蔚藍在少數贊助商支持下勉強能維持訓練場地費用與球隊營運，但財務狀況始終無法改善，由於缺乏企業或學校的支持，球員經常要自掏腰包付交通費來參賽，也有許多球員無法領到球員津貼，有些球員陸續轉隊、離去或離台回國，因此慢慢無法正常運作，嚴重影響球隊的凝聚力，在無人接棒的情形下，2019 年過後的皇家蔚藍基本上停擺、形同解散了。但作為外籍球隊融和本土成功衝擊頂級聯賽的先河，Robert 相信這些經驗也啟發了後續紅獅、INTER 等等想衝擊頂級聯賽的球隊與後起之秀。

在皇家蔚藍隊停擺後，Robert 轉進中華足協 U14 教練一職，也持續帶該年梯隊迄今。帶領青少年球隊讓他更有機會嘗試些與本土教練不同的實驗性教學方式。

由於早年在波蘭與德國的經歷，Robert 深知兩國不同教練體系與教學方式的差異對球員將產生極大的影響。Robert 說，德國教練都是靜靜地在一旁觀察球員做訓練，但以前的波蘭方式跟現在的台灣很像，有些教練無時無刻給場上的球員下達指令、甚至用嚴厲的態度責罵球員。「這並不是件好事，死板的指示是在扼殺踢球的孩子在場上的想像力，同時也容易在比賽中分心，比賽時隊場上出聲大吼也會帶給孩子不必要的壓力。」他說，有些球員在場上會回頭看向教練或父母，彷彿在其詢問自己做的是否正確？然而，球員不該是回頭看教練，而是要隨時注意球場上每個球員的動靜才對。

　　Robert 在教學時有他的一套做法，時常在與球員談話中提出問題、但不說出正確答案，讓球員自行思考，或用身體實行，也時常引導球員去思考自身的優缺點，讓球員自己先嘗試調整，而不是一開始就向對方說他哪個動作不好、應該如何做。Robert 十分強調，要先讓球員 figure out、發揮想像的重要性，而教練則在球員有需求時提供建議。

　　Robert 認為，應讓青少年在踢球過程中能夠自己領會，在 7~10 歲這階段，給孩子一點自由嘗試的空間是重要的，這也能幫他建立信心，而不是一直求好心切告訴他哪裡錯了、該怎麼移動、怎麼跑。比起一開始就告訴他們該怎麼做，雖然讓他們自己嘗試找方法也許要耗費更多時間，卻能讓孩子有更強的思考、記憶與領悟。他強調，培養一支球隊、乃至於整個足球環境的價值觀與文化，往往比單純的技術、體能訓練來的重要、且能塑造更深遠的意義與影響。

　　Robert 擔任 U 隊伍教練、與球員培養感情至今，對台灣足球運動的發展更具信心。他至今仍不斷汲取新知，希望有朝一日能出版國外已有先例的教練刊物，促進台灣教練的專業學習及交流，甚至考取 UEFA A 級的教練執照。此外，他也希望盡快重建皇家蔚藍球隊，不希望這個有著新血與回憶的球會就此消失，而能吸引自己一手培訓的青訓球員願意加入，幫助皇家蔚藍隊以更本土化的新面貌東山再起。

毛一風
Mauricio Cortes
原國籍：哥倫比亞

打造國際化的民間足球俱樂部

●台北紅獅足球俱樂部 (Taipei Red Lions FC)

　　因為工作之便，毛一風來到台灣就讀台北大學管理碩士，如今已取得中華民國身份證，成為真正的台灣人。他能說一口流利中文，也自己創業、經營公司。工作以外，從母國帶來的滿腔足球熱血讓他不但加入踢足球，更結合專長成為台北紅獅領隊，現在也取得亞足聯 AFC 的 C 級教練執照。

　　毛一風說，台灣足球場邊總是空空盪盪的，只有場上的球員孤軍奮戰。其實足球不只是比賽，多點食物、活動及音樂，將有更多台灣人會愛上足球。

　　毛一風在哥倫比亞時，主要負責公司與亞洲公司的合作窗口業務，其中好幾個客戶是台灣公司。因為主動認真的表現獲得台灣駐哥倫比亞辦事處推薦，獲得台灣獎學金而來到台灣就讀管理碩士。畢業後，他留在台灣的廣告經紀公司工作，主要是與外國模特兒接洽，因此認識許多來自不同國家的朋友，並介紹他到家附近的迎風球場加入台北紅獅隊，現在更成為台

北紅獅 (Red Lions) 領隊。

　　台北紅獅足球俱樂部是台灣最早期由外籍人士創立的足球俱樂部，一開始是在天母的社區及球場相聚、踢球。隊名”LIONS”是源自創立時英國球員常去的酒吧名字，選紅色是因為對英格蘭的人而言，紅色代表的是勇敢、奮鬥與激情，更具體的說就是對足球的熱愛、對生活的熱忱。

　　紅獅足球俱樂部一開始是交流賽性質，1998 年成為上班族聯賽的創始成員之一，也開始有台灣球員加入，一直於聯賽角逐至今從未退出過。到了 2003，因為有更多外國球員加入，一個聯賽已不足以涵蓋這麼多球員及球隊，因此又創立了外國人聯賽，專門提供給來台的外籍人士踢球。從 2005 年至今，台北紅獅也兼任外國聯賽的主辦，目前已經成長到兩個層級、16 個球隊的比賽。在這些業餘聯賽持續維持佳績後，2017~2018 開始規劃進軍企甲，2017 開始與台程足球學院在教練及球員上的人力資源合作，同時開始兒童及青少年的足球培訓 (U 級梯隊)。2018 成功從資格賽突圍，前進企甲，至今持續努力在企甲有更進一步的進展。

　　毛一風從小熱愛足球，在哥倫比亞只是哥倫比亞甲級聯賽的球迷，同時也喜歡家鄉球隊奇科足球會。假日會與朋友踢球並參加學校的球隊，也常到當地的球場看球。來到台灣加入紅獅，從球員轉為管理，主要是紅獅正處在人員變動期，老的球員漸漸退休，需要新血接手。因為住處離球場近，一有事就可以立即處理。再加上中文說得好，對外溝通比較順暢。目前他以球隊管理及教練工作為主，也獲得亞足聯 AFC 的 C 級教練執照。

毛一風當時接管理職的首要任務，就是為球會注入新的活力與新血。當時球隊總教練的 Thomas Costa 希望引進更有競爭力的新秀，將球會帶到更高的舞台，而毛一風也喜歡競爭力強的球員，兩人經營球隊的理念不謀而合，認為過去紅獅比較像玩球、輸贏並不重要；但當要繼續成長時，就必須勇於挑戰、不能只是這樣。

　　在這樣的帶隊風格下，2013~2019 期間台北紅獅共贏了 6 次業餘聯賽冠軍 (包含上班族聯賽)，並且持續不斷的改善精進。特別是有了皇家蔚藍隊以外籍球隊參加企甲比賽的先例及參考，紅獅也規劃進軍到台灣最高級的聯賽系統 -- 企業甲級聯賽。

　　毛一風說，台灣民間粗具規模的足球隊最大的問題還是財務及經費，從球衣、比賽交通到人力等等，要能支持繼續下去的關鍵還是要有穩健的財政。有業務、廣告經紀經歷的毛一風，在處理邀約贊助、異業合作及資源整合上，就發揮極大作用。他能獨力找到各行各業的贊助商、甚至台灣政府的補助，挹注球隊不少收入。

　　做為外籍人士在台灣組成的元老級球會，紅獅其實在很早就已經發展出相對健全的組織架構。在球隊架構方面，紅獅目前有多支球隊分別角逐於企甲、OTPL(On Tap Football league)、BML(台北市上班族聯賽) 等等，並形成上下梯隊或密切來往的關係，在民間業餘聯賽效力的年輕球員，根據其表現有機會升到企甲舞台。像上班族聯賽，也提供給一般上班族、年紀較長的球員一個能夠盡情享受賽事的舞台。

　　現在的紅獅像是一支國際化的民間足球俱樂部，球隊包含台灣、亞洲其他國家及歐美球員，全隊球員線超過兩百人，在

U8、U15 方面，組成成員大多是台灣人。企甲的球員中，35 名球員有 25 來自台灣，剩下的多來自歐美；參加外國人聯賽及上班族聯賽的球員則以外國人居多，但也有約 4 分之 1 的台灣人在一起踢球。紅獅球員有來自不同國家的人，但彼此相處順利，對外也常常受邀參加國際業餘球會的交流賽事，到過泰國、菲律賓、香港等地參加過循環賽事。

毛一風說，他一直認為足球活動應充滿歡樂氛圍，目前在台灣舉辦的、以國家名義比賽的草根版中南美洲足球賽 COPA AMERICA 就是如此。來自各國的球員、球迷享受其中，一起踢球、歌唱、慶祝繞場等等。他也十分認同台灣外籍移工足球聯盟 2019 年舉辦的草根足球同樂會，就是要靠更多元的足球同樂性質，讓大家參與進來、為台灣足球注入活力。

毛一風說，在哥倫比亞球場總是充滿各種聲音、觀眾擠爆球場。但在台灣，球場邊永遠空空的，只有場上的球員孤軍奮戰。在台灣推廣足球是要讓台灣人喜歡上這項活動，在比賽之外，多點食物、多點活動、多點音樂，足球比賽會變得更有吸引力，大家談笑進入球場、享受美味的食物與啤酒，然後觀眾會定睛在球場上，進球時同聲歡呼，回家的路上也滔滔不絕的談著這場比賽。只有這樣，觀眾會再度回到球場。或許如此，會有更多小朋友開始憧憬、開始踢球；有人踢得很好、一路發展，也有人沒能發揮，但他們還是會看比賽、買球衣，然後回到足球場，成為場邊熱情歡呼的那群人。

「這才是我知道的足球賽，也是我經歷過的球賽該有的樣子！」毛一風說。

經過 Robert 等人大刀闊斧改革球隊，球隊參加比賽的成績

羅伯特 、 威爾森
Robert Wilson
原國籍：英國人

堅持回到球場的草根足球精神

●台中野人足球俱樂部 (Taichung Savages FC) 領隊

　　Robert 在台灣私立學校擔任外語老師，假日時則是台中野人足球俱樂部 (Taichung Savages FC) 的召集人、球場上賣力拚戰的前鋒。來自被認為是現代足球發源地的英國，熱愛足球對 Robert 來説從不需要理由。

　　Robert 的隊伍曾在比賽時與對方球隊起爭執、打群架而被逐出聯賽、禁止使用場地，造成無球可踢及球隊解散的窘境。但他記取教訓，不斷努力尋找重回球場的機會。

　　「這就是草根足球的頑強之處。只要有心，你永遠有機會回到場上！」他説。

精 彩的足球故事並不需要在足球非常盛行的國家才會發生，對於像 Robert Wilson 這樣有著足球熱血的人而言，走到哪個地方都可能與當地交織出動人的足球詩篇，來到台灣亦然。

　　Robert 在英國倫敦成長，在這個車水馬龍的國際大城市之中，不乏能夠恣意奔馳的綠地。在倫敦，許多社區都有自己的球場，他理所當然的接觸到足球。五歲或更早，他就開始玩球，常常在周日早上與其他社區的小朋友一起踢球。後來加入了第一支球隊，開始與其他社區隊進行比賽。他說，這些週日的足球運動Sunday Games，就是英國人的童年日常。等到進入小學後則加入了校隊，在青少年成長期一直都參加學校校隊直到 18 歲。大致上就是，平日參加校隊，假日則參加俱樂部。

英國足球非常發達，是許多球迷朝聖的國度之一，更不用說Robert 成長的倫敦，除了是大英首府，更是世上首屈一指的足球大城，有如溫布利、史坦福橋、白鹿巷等等可以稱為歷史建築的大球場，也有諸如切爾西、阿森納、熱刺、西漢姆，及台灣好手沈子貴曾效力的水晶宮等頗負盛名的英超球隊，還有許多在不同級別拚戰的俱樂部，各個都有其悠久的歷史及值得挖掘的故事。

2007-2008 年 Robert 大學一畢業後就來到台灣。假日苦於打發時間，心心念念的想要踢球。不過當時台中並沒有多少業餘球隊能夠讓這群外籍人士參加。在 Robert 記憶中，那時台中只有兩支由外籍人士組成的隊伍，一支是 Tubbies FC，一支則是由同名雜誌社贊助的 Compass FC，而 Robert 加入了 Compass。Robert 認為，對台灣人來說，運動常常不被認為是一件大事，棒球、籃球也許有時候是，但足球從來不是一件大事。但對於在英國或很多其他國家的人來說就很不一樣，足球是跟工作同等重要、甚至超越工作的事情。

由於台中的外籍球隊數量少，也缺乏聯賽與其他俱樂部或校隊交流機會，因此比賽通常不是規律進行，大部分時間都是與Tubbies 在有限的場地中踢球，如許多外師所屬的台中馬禮遜美國學校的場地，及偶爾能借用到的朝馬球場。而太原球場則是近年才啟用，也很難有時間借用。偶爾則與來自北中南的俱樂部舉行交流賽。Robert 描述，當時北中南球隊大概會找幾個周末的時間彼此進行交流賽，由於沒有聯賽，所以也沒有固定的裁判，都是其他朋友或球員臨時擔任。這也很為難，因為球員常因裁判問題而吵架，甚至大打出手。

這樣的情況一直延續到 2015 年左右，民間舉辦的 T2 聯賽開始籌辦中部聯賽，才開始有更多、更規律的比賽可以參與。這時候 Robert 轉隊到熟人較多的 Tubbies。不過好景不常，意外發生了。有次在比賽時與某大學球隊起了爭執，雙方互爆口角，場邊前來加油的親朋好友等球迷也鼓譟著、並互相隔空喧囂，最後因為有人怒罵一些針對性的種族歧視言論，變得一發不可收拾，最後不但球員打群架，連觀眾也參與其中。Robert 自身也因一時情緒使然，未能及時採取勸架等行動。這些行為嚴重違反聯賽規則，兩隊都被逐出聯賽，也不再被允許使用當時事發的美國學校場地。

雖然事後雙方球員都很後悔，也嘗試彼此和解，但大家都喪失了一次得來不易的比賽機會。Robert 感慨的說，即使場上時有紛爭，我們也不該訴諸暴力。我們因此受到了懲罰，在一段時間內，我們幾乎無球可踢，球隊成員暫時分散了，Tubbies 也在那時宣告解散。

不過即使這樣難堪的告別球場，Robert 還是不斷的在尋覓重回場上的機會。

2018 年，在得知 T2 又重新招募球隊的同時，Robert 決定這次要靠自己重組球隊了。「我真的很想踢球，我不會放過任何機會回到場上。」Robert 說,他被要求重行組織球隊,以新的球隊名稱、新的編制才能回到聯賽。因為有些認識的球員已經離開台灣,他必須重新找新的球員、新的贊助。他問了很多朋友,到常去的餐酒館去找以前的隊友,好不容易獲得贊助,並以贊助髮廊的店名當作新隊名—TAICHUNG SAVAGES。

很多事情都要重新來過、很多的問題開始浮出檯面,但最終都一一解決,Tubbies 以新的面貌重生。這次他們記取了前車之鑑,重回聯賽好好的踢球。

沒想到,2019 的 T2 聯賽結束後,因為長久累積下來的信任與財務問題,2020 的中部聯賽就此停辦,中部的外籍足球聯賽又回到了最初的狀態,找不到規律賽事參加。所幸這幾年來球隊有所增加,彼此有深厚的聯繫。Robert 開始與各球隊管理聯絡,嘗試進行規律性交流賽,並嘗試自籌一個更多元開放、平易近人的聯賽。2020 年夏天,Robert 的球隊加入台灣外籍移民足球聯盟的中部聯賽。

就這樣,球隊解散、聯賽停辦,當遭遇到這些事情,以為一切已經結束時,Robert 與他的球隊總能以另一種方式重獲新生。「這就是草根足球的頑強之處,只要有心,你永遠有機會回到場上。」他說。

經歷過球隊解散、創隊重生等等大風大浪的 Robert,仍然惦記著這些原鄉足球經驗、及來台後看到的近十年足球發展。他希望能為台灣足壇做更多的貢獻,在俱樂部持續穩定之後,也能建立一個有體系的培訓計畫,嘗試多方合作,協助台灣小朋友一圓足球夢,也期許未來能看到一位 Savages 出產的台灣國腳。

奧利佛、哈利
Oliver Harley
原國籍：亞買加

天涯追夢 自由球員的奮鬥

●桃園國際（Inter Taoyuan）總教練

　　為了尋找亞洲職業足球發展的機會，Harley Oliver 在 2001 年來到台灣，未料幾度與機會擦身而過。做為一個不斷尋找作為職業球員的合適機會、隻身闖蕩的自由球員，Oliver 為了追求自己的夢想，經常面對的現實是勇敢嘗試之後的漫長等待與挫折，但自己仍須不放棄的繼續努力。

　　為足球浪跡天涯，Oliver 最終雖然無緣實現追求多年的夢想、躋身職業足球的殿堂，但他選擇在台灣落地生根並成為足球教練，繼續將他對足球的熱情傳遞給更多年輕新秀。

　　出生於亞買加的 Harley Oliver，青少年時期全家移民加拿大。Oliver 在亞買加家鄉，4、5 歲就開始踢球。在加拿大上大學時開始有了往職業球員發展的念頭，大學期間效力過波特蘭大學校隊，後來也成功加盟了美國相當第二、三級別的球隊。2001 年，Oliver 離開美洲，想在亞洲尋找加入職業球隊的新機會，因此投遞了球員履歷到韓國、新加坡與中國的俱樂部。

　　做為一個不斷在尋找作為職業球員的合適機會、隻身闖蕩的自由球員，Oliver 為了追求自己的夢想，必須不斷的嘗試及面對殘忍的現實。通常不是球團來找他或主動安排會面，而是必須自己主動到對方所在地方接洽並等待回覆。因為他不是明星球員，就必須自行負擔機票、住宿等一切費用，而非由球團安排。即便如此，許多自由球員還是不能放過任何一絲機會，有時在國外一等待就是好幾個月。也因此 Oliver 必須在亞洲先找份短期工作維持生計，再去新加坡會面球隊。Oliver 幾經考量後，選定工作機會較多的台灣作為他去新加坡前的中繼站，希望等到球團回覆、再到新加坡試訓。

　　那幾年，Oliver 關注本地及亞洲各國的任何足球試訓機會，有機會在韓國找到新的工作機會，他便決定到韓國去，一邊工作一邊追尋他的足球夢，但這期間仍然沒有得到與任何球隊簽約的機會。但是無意中接觸了教練職，並開始兼職教當地大學生踢足球。後來在韓國工作三年期滿，Oliver 又有機會選擇到不同國家，這回他決定再度回到台灣等待機會。

　　歷經多年的奔波，2006 年 Oliver 開始轉變想法，不再以職業球員為目標，開始落腳台灣尋找工作，並持續以前在台灣就參加的業餘足球。為足球而浪跡天涯最後在台灣落地生根，這是 Oliver 球員時期的寫照，但同時也是一群人們看不到、從未認識的足球員的共同經歷。不是每位球員都有機會登上螢光幕，如同 Oliver 所說，不是所有球員一開始就是球星，有許多球員得奮鬥及背後的辛苦故事是人們所看不到的，但這些人勇敢追夢所散發出的光彩，或許並不輸給那些人人稱羨的足球明星。

　　落腳台灣後，Oliver 其實還沒想過要完全轉當教練職。由於在此之前，他已經在台灣擔任過教練職，在自己所參加的球隊兼任教練，訓練和自己一起踢球的球員。後來他經過介紹在美國學校教小朋友踢足球。

　　當時美國學校已有一位荷蘭籍及一位英國籍教練，但參加的小朋友也開始日益增加。Oliver 加入教練團隊幾個月，人數便突破了 50 人，隔年又增加到 100 多人，再過一年已突破 200 人。參加足球課的孩子不斷增長，Oliver 開始為球隊找到足夠的人力與人才，並為小朋友舉辦聯賽。Oliver 說，我們的比賽叫做 INTERNATIONAL PRIMIER LEAGUE，當時還沒有 TYL(全國少年盃足球)，也沒有現在的企甲、木蘭聯賽等等，但我們已經有 U8、U10、U12、U14 等等的賽事，一年約有 26 場，在天母的學校場地舉辦。這是 Inter 俱樂部在成立的背景，一開始便是從青訓扎根，開始向上發展的典型草根與學校合作的俱樂部。

　　INTER 發展至今，有成年女、男足隊，也有一系列的青訓梯隊。2020 年球隊更與桃園體育局簽約成為屬地球隊，並將男子隊拆成兩支球隊，一支前往參加企甲資格賽尋求登上企甲的機會，若失敗則待在今年開始的企業乙級聯賽；另一支球隊則在 T2 繼續效力，並以此讓兩支球隊成為上下梯隊關係。女足方面則是持續參加木蘭聯賽，尋求更好成績。Oliver 表示，球隊在持續成長、也必須不斷的茁壯。但 Oliver 踏實的認為要一步步來，雖然球隊今年確實擴展不少，但也須步步為營，畢竟在台灣經營球隊往往都卡在財政經費問題而掙扎求生，一下子擴編太多有時反而誤事。

Oliver 解釋，大家當然都嚮往要去高層級的聯賽，主辦方也想讓賽事登上舞台，像英超、西甲、巴薩。但大家都忘記，羅馬不是一日造成，巴薩也不是一天成為巴薩，在要到達某一高度前，需要有許多時間及工作的完成來穩固基礎的，否則臨時創造出來的球團或聯賽，並不能維持太久。這也是 INTER 以往在青訓與梯隊紮根多年，這幾年才終於向更高層次邁進的原因。尤其是這個國家並沒有給足球投入足夠的經費及基礎建設。

Oliver 認為，在台灣，足球隊成功與失敗、成立與解散，往往只有一線之隔。而台灣足球發展所遇到的阻礙，除了不夠經費，也是因為缺乏足夠的專業人才，不知道該如何做。發展台灣足球，不是完全複製國外模式就能成功，必須要能找出一套適應台灣的模式。因為台灣與外國不同，歐洲有的是長年文化的積累，而台灣還沒有真正的足球文化。應該先思考如何將足球融入生活，讓生活的價值如共享、互助及團結，同樣的也能在足球運動中被找到。當足球就在人們生活的日常、在自己的文化中，隨時可享受踢球的樂趣時，足球就成為人們嚮往的夢想。像小時候他在亞買加必須走 10 公里的路到球場，有人沒鞋子赤著腳踢球，常常十幾人擠在一台電視前看球賽，這樣的我們有什麼條件來接觸足球？但在家鄉，還是許多人喜歡踢球，因為那就是生活、就是文化。

Oliver 認為，台灣足壇目前是在艱難環境中緩步前行，但慢並非壞事，適當的引導帶動熱情，將能成為發展的契機。雖然全力發展草根足球、建立台灣在地的足球文化需要花很長的時間，但文化終就會萌芽成長，台灣顯然不該放棄。

森裕之もり ひろゆき
Mori Hiroyuki
原國籍：日本

發現台灣新鮮的多元足球風格

● JFC-TAIPEI 公關

　　2002 年因公司外派來台的森裕之，之前在日本就熱衷足球，來台之前的優先準備事項之一就是尋找可以踢球的地方與球隊。來到台灣後，他加入以日籍成員為主的 JFC，球隊以日文溝通，不像一些外籍球隊混雜著來自歐洲、美國、南非與台灣等不同國籍的球員，總以英文溝通。

　　不像在日本是與自己國家的人一起踢球或比賽，MORI 桑認為在台灣能與許多不同國籍、族群且各具風格的球隊踢球比賽，是非常新鮮且震撼的經歷。

日本政府投資許多錢把日本足球聯盟做起來，足球發展算是十分健全。2002 年因公司外派來台的森裕之，之前在日本就熱衷足球，來台之前的優先準備事項之一就是尋找可以踢球的地方與球隊。後來剛好看到提供在台日人、日本僑民踢球的 JFC 俱樂部，來台之後他主動接觸球隊聯絡人、順利地加入球隊。當時是球隊成立的第 2 年，後來他也成了球隊對外的主要聯絡人。

　　甫加入球隊的 MORI 桑，正好遇上 SARS 疫情，許多活動都取消或延後，馬上遇到長時間無比賽可踢的情況，儘管是民間球賽，但大部分人還是有危機意識並注重防疫，所以球季延到2004 年才重新開始。MORI 桑也才能重新開始規律的足球運動。

　　JFC 日籍人士在台足球俱樂部是台灣少數頗具規模的外籍足球團體，球員數有 8、90 人，主要為上班族及少數的學生。JFC除穩定參加業餘聯賽，也有專屬的網頁及會員登錄制度。由於以「凝聚在台日本人情誼、一起踢喜歡的足球」這種同鄉會性質為目的，JFC 限制參加會員的資格是日本籍或會用日語溝通的台灣人等，除了比賽，假日有空時，也許也會彼此聚餐、小酌一番，有時則到日僑學校去幫忙協助活動。

　　以日籍成員為主的 JFC，主要是以日文溝通，不像一些外籍球隊混雜來自歐洲、美國、南非與台灣等等的人士是以英文溝通。但在日本都是與自己人踢球的，MORI 桑認為在台灣卻能與許多不同族群且各具風格的球隊踢球比賽，這是非常新鮮且震撼的經歷。

　　MORI 桑坦白表示，面對這樣多元足球的情境有好有壞。好處是，與不同國籍球隊踢球看得到不同的足球風格。但因為球風跟個別性格的差異大，遇到那種球踢不好、講話不好的歐美球隊時會有比較粗魯的行為，真的會打壞踢球的樂趣。因為這跟他在電視上看到的英國、西班牙球技高超、風光的球星很不一樣。像他很難忘記的是，球隊曾參加過一個比賽，對方球員仗著身材優勢會踢人、衝撞、推、撞人、講粗話等等。本來踢球是為了開心，但碰到這樣的隊伍實在踢得太累，也太容易受傷，因此 JFC 就退出那個聯賽。

推敲起來，JFC 確實因為球員組成多為上班族、中年族群的緣故，因此碰到年輕氣盛的其它球隊顯得較吃力。但就目前而言，JFC 還是帶有拚勁的參加了 T2 與上班族兩個業餘賽事，並常到國外與分布在東南亞各地日本人組成的球隊切磋，並且已經發展成一個具有相當規模的循環賽系統，這個系統依年齡層高低分別為 J-ASIA、OJIN CUP、O50 等，也有了年齡層的劃分。光是日本人的業餘國際比賽，就會因為處於不同國家的緣故，足球風格各異、也十分有競爭性。

借不到足球場地使用是多數外籍足球隊的問題。MORI 桑批評，目前足球場的認養制度是一個問題。因為認養的足球隊必須負責起場地的維護，所以登記某時段後，

別的隊伍就無法使用。但大家都知道台灣足球場數量不足，其實很多球場歸單一隊伍認養後，即使該隊並未實際時用、或只使用一點空間，其他球隊也都無法在這時候進入場地。為了讓足球場地可以實際上被需要的隊伍使用來踢足球，希望能有更多時段開放更多人參與近來，或許已共同認養的形式，不限一個組織或單一球隊，並能開放更多時段讓其他民眾也參與近來達到真正的草根同樂。

JFC 發展至今雖然有所規模，但面臨到所有外籍足球隊共同的困難，即場地和經費問題。台灣足球場地本來就不足，場地借用十分困難，常常依照時間去申請時，有許多時程都已經先被填滿、或由固定球隊認養了。在無法以一己之力申請借到場地的情況下，只能透過聯賽組織共同申請到有限的場地時間。至於在經費上，費盡心力找贊助是免不了的，這時候，在台灣的日本公司

就是最主要的金援。

　　雖然在賽制、場地、經費或球隊內部還是有許多問題懸而待解，但來到台灣快 20 年的 MORI 桑對於能在台灣以足球凝聚日本同鄉情誼的方式還是很滿意的，尤其是到國外去與發展成不同特色的日本隊伍切磋球技時，JFC 不經意所流露出的台灣風格，也令人感到這群日本來的異鄉人面對同鄉國人竟也開始散發著些許的台灣趣味，而日本朋友透過足球所注入的文化活水，也悄悄的助攻台灣足球草地萌發新芽。

艾比馬、賈伊
Ebrima Njie
國籍：甘比亞

在台灣發現足球綠洲

●甘比亞聯隊代表、Inter Taoyuan 球員

　　來自甘比亞首府班竹的 Ebrima 2007 年以大學交換生來到台灣直到 2014 取得碩士學位。畢業後留在台灣從事電腦工程與英文老師的工作，目前已取得永久居留身份。樂愛足球的他業餘時除了組織在台灣甘比亞聯隊，也是 Inter 桃園的前鋒球員，在台灣找到自己的足球綠洲。

　　甘比亞聯隊最大的問題是球員分散台灣南北，聯繫不易，更別談固定練習。特別是 2013 年台灣與甘比亞斷交後，足球隊猶如這些在台甘比亞足球愛好者與家鄉、母國聯繫的歸屬。

來自甘比亞首府班竹的 **Ebrima** 2007 年時，以大學交換生來到台灣就讀電機工程學系，2014 取得碩士學位。畢業後留在台灣從事電腦工程與英文老師的兼職，目前已取得永久居留身份。業餘時除了組織在台灣甘比亞人的足球聯隊，更是 Inter 桃園的前鋒球員，在台灣找到了屬於他的足球綠洲。

　　甘比亞國家經濟主要靠觀光業，沿海延綿一片非常狹長而美麗的海灘，是許多北非及歐陸國家觀光客會到訪的旅遊勝地。但許多家庭經濟還是來自於農業，Ebrima 來自務農的大家庭，家裡有七名兄弟姊妹。從小，在學校、家務及務農工作之餘，Ebrima 的休閒活動就是足球及球賽，足球對甘比亞人來說，可是生活很重要的一部份。

　　從甘比亞到台灣，Ebrima 的求學階段一直都有參加足球校隊。比較起兩國的足球運動，他說，在甘比亞每天幾乎都能踢上 2~4 個小時，學校大概三點前便放學，回家後做作業或幫家裡農務，大概 4、5 點就有許多小朋友在踢球。雖然沒有很好的場地或正式的隊伍，但由於社區很大，兒童會自行報隊參加不同小區域的足球隊，每天踢球。而台灣的小孩踢球時比較像在學習，而不是玩樂。台灣小朋友大概每周僅有假日的 2~4 小時能夠練球、踢球，平常很多人都是傍晚下課接著補習，玩樂時間很少。

　　Ebrima 認為，這主要還是文化不同所致。甘比亞對足球很熱衷，除了踢球也看比賽，經常關注歐洲的比賽。像他很喜歡看英超，在佛格森（曼聯傳奇教頭之一）執教時期成為曼聯的粉絲，社區中也有成群的曼聯小粉絲，足球文化生根在他們的童年及日常生活中。雖然台灣社會對足球較缺少熱情，但從兒童足球隊的快速成長，卻又讓人感受到足球的風氣正慢慢形成。

　　Ebrima 2007 年來到台灣後一開始就讀北科大甘比亞專班，便一直效力於北科大的校隊，當時北科大校內有許多分屬不同系別的足球隊，而甘比亞專班隊亦是其中之一。甘比亞聯隊不但在校內戰績虎虎生風，更有不少隊員也入選北科大校隊。當時北科大數度挺進大專足球聯賽公開男一級、二級決賽圈，也獲得過冠軍,因此常被其他學校的人戲稱「北科大＝甘比亞隊」。同個時期,因為當時的外交關係,擁有大量僑外生選手的學校常常成為大專足壇上的強隊,例如當時各有 20 多名甘比亞交換生的北科大與屏東科技大學。

　　Ebrima 後來在台科大讀碩士班時,毫無意外的加入了台科大校隊,並幫助該隊在 2011 年大專聯賽一般組取得第三名的佳績,Ebrima 個人更以 9 顆入球,獲得當年度嘉獎聯賽中進球數最多的金靴獎球員。

　　正因為許多甘比亞學生在大專足球的活耀,才有了現在甘比亞聯隊的成立。Ebrima 記得 10 年前的大專聯賽中,台科大校隊一路挺進決賽,並遇上了同樣以眾多甘比亞好手著稱的屏科大,兩隊球風都很相似且激進,踢得十分激烈。最後還是由台科大拿下冠軍,但球員之間因為同是甘比亞人的情誼,有些甚至在甘比亞時便認識或童年玩伴,那場比賽加深了分處南北兩地同胞之間的情誼,以後就數度聚會、練球,接著才創立在台甘比亞聯隊,以以甘比亞的國家榮譽感踢球及聯絡同鄉感情。

　　甘比亞隊成立之初,首先面臨的是球員分隔兩地的問題,有部分的球員已經畢業並開始工作,這些人多半從事電腦工程或土木結構工程,工作場域集中在北部地區。至於學生族群,則有一部分因為交換學校地處南部的緣故,約三成的成員無法參與平常在北部場地的練習,練習時間多半集中在晚上時段及假日。即便如此,甘比亞聯隊仍然不斷成長,成員也日益增加。2013 年台灣與甘比亞斷交當時,整個球隊也被迫定型,不再有人員擴編。

　　因為球員分處各地,甘比亞隊必須找到自身的定位,以聯繫在台甘比亞人為主要目的的球隊定位在「盃賽型、活動型及短程

賽型的隊伍」，也因為這樣的盃賽型的彈性隊伍，其實許多隊員平常都有正式的所屬隊伍，早期成員來自校隊為主，俱樂部為輔，現在則多來自不同的半職業球隊，如 Ebrima 目前便效力於 Inter 桃園，並身兼該隊 U10 青少年隊伍的教練。

甘比亞聯隊是一個較為彈性的足球團體，平時透過 Line 彼此交流，除了比賽邀約、組隊與討論之外，也會分享足球消息及生活資訊等。透過有效的分工，他們也有固定的球隊領隊身兼教練、助理教練群與外界聯絡的公關等志願性職務。

甘比亞隊到目前為止，前後參與了外國人聯賽、GWO 所舉辦的 Taiwan Cup 國際移民足球盃賽等，獲得包括 Taiwan Cup 冠軍在內等等的不少佳績。甘比亞聯隊目前仍積極的尋找比賽機會，創造這群在台同袍更多的紀念性回憶。Ebrima 說，希望這支充滿情誼的隊伍能一直延續下去，即便球員年紀長了，也能聚再一起樂活踢球，即便有天不再出現在綠茵場上，甘比亞隊的故事與精神也能繼續存在。

在 2013 年台甘斷交後，幾乎不再有正式的台灣 - 甘比亞人交流，但甘比亞聯隊並未消失，反而更具重要性。足球隊猶如這些在台甘比亞足球愛好者與家鄉、國族聯繫的歸屬，乘載著很大的自我認同意義。

Ebrima 說，只要有關足球的一切他都很熱衷，雖然平常要工作及照顧家中的孩子，自己也超過 35 歲、屆齡一般球員的退休時期，但他基於鍛鍊身體或做為教練教學、帶領球隊等，足球都還是繼續在他的生活之中。未來他希望能找到一份不錯的全職工作，並計畫考取 CTFA(中華民國足球協會) 的教練執照，持續往足球執教之路邁進。

阿里
Muhammad Al Furqon Soleh
原國籍：印尼

跨越藍白領移民足球的先行者

●跨越藍白領移民足球的先行者

　　來自印尼的阿里先生曾經是台灣移工足球圈的靈魂人物。他在韓國日本及台灣工作21年，直到跟著日本老板轉來台灣工作又開始踢足球。長年國外工作經驗讓他很容易的進入台灣白領階級或台灣人的足球活動中，主動尋求台灣人的資源為印尼工人找到足球場及足球賽的機會，進一步促成在台灣印尼、越南及泰國移工足球的發展，及移工與白領工作圈的足球交流。

　　2019年夏天阿里先生回到闊別多年的印尼故鄉，目前除了從事他擅長的餐飲工作，同時也積極協助所在社區組織足球活動。

　　20歲的阿里從烹飪職業學校畢業後，選擇離開印尼的家鄉、出國工作尋找自己的人生價值及更多的經驗。2010年來台灣工作之前，他曾到過新加坡、紐西蘭、韓國工作。在日本的餐廳工作時，因為日籍老板轉進台灣開餐廳，他也順勢轉到台灣擔任廚師工作。與過去在其它國家最大不同的是，從小熱愛足球的阿里，竟然在台灣發現跟他一樣喜愛足球的大批印尼同鄉，他積極投入在台灣的印尼足球聯盟，留下廿多年海外工作經驗最難忘的記憶。

2012 年，在台灣兩年之後，他在清真寺做禮拜時認識了從蘇丹來的朋友，從朋友處他知道在台灣有幾隊外國人足球俱樂部，於是他開始加入一個外國足球隊 Animal FC。Animal FC 參加台灣北部外國人聯賽 OTPL，阿里成為 Animal FC 球員，開始安排休假日一起參加比賽。Animal FC 是一支混合國籍的球隊，成員主要以英語溝通。過去多年的海外工作經驗使然，阿里很快的融入球隊，在這個多國籍的球隊中享受踢球的汗水與快樂。

是有多盼望週日的一場球賽呢？當高雄聯賽缺一個球員的電話打到阿里手中，廚師阿里便不惜重金的搭高鐵當日來回台北高雄，只為參加週日的一場足球賽。透過足球賽，他認識更多踢球的印尼同鄉。正因為在台灣的外籍移工以印尼籍移工最多，所以他很容易發現在不同城市都有著熱愛足球的印尼同鄉。

2012 年，以南台灣為主的印尼足球隊開始籌組印尼足球大聯盟（TISL）。2014 年，阿里和北部的印尼同鄉組成 Family FC 足球隊，同時發現在台灣竟然有一個包含 20 多隊的 TIFL 存在著，Family FC 後來也加入在台灣印尼足球聯盟聯賽。由於他的能力和自信，阿里不僅當球員，也因為沒有足夠的足球裁判，要請台灣裁判的費用又太高、不是移工所負擔得起的，於是阿里和幾位在印尼有裁判證的移工或資深球員，開始下場學習擔任 TISL 聯賽的裁判。

TISL 是由全台灣的印尼人（移工為主，也包含學生、白領及外籍配偶）組成的足球聯盟。 最初，TISL 僅由不超過 20 個隊伍組成的，2019 年底已有 40 多隊。對足球的渴望使他們團結在一起，經常一起訓練並在台灣全境舉行聯盟內部的足球聯賽。

　　自 2014 年以來一直在舉辦的 TISL 聯賽活動，實施起來並不容易。TISL 聯賽像其它職業足球聯賽一樣，按照 FIFA 規定進行的，但場地使用的限制通常是比賽延誤的主要因素。「我們很難自己借到場地，通常只能未經許可的使用場地。有時，球員和裁判都已經準備好，或在比賽中，卻因為原先登記借用的台灣球隊出現了而被迫離開、取消球賽，另尋其他位置」阿里說。

　　2015 年夏天，台灣外籍工作者協會 GWO 因為取得 Family FC 的比賽宣傳單，開始聯絡上隊長阿里，他邀請 GWO 來觀賽並主動請求 GWO 協助借足球場地，也因此開始了 GWO 為移工舉辦足球比賽的項目。2015 年 12 月，GWO 更邀請在台灣的印尼、越南、泰國移工足球代表隊及 T2 聯合國隊一起，舉辦了台灣第一次的國際移民足球比賽。阿里跟他精心挑選所組成的印尼代表隊參加了這場更具挑戰性的台灣盃。

　　「參加台灣盃是一種非常難忘的經驗，我們感到無比的榮譽，因為可以代表我們的國家與來自其他國家的球隊競爭，」阿里邊說邊想起當時勝利的回憶。那年，印尼隊與越南隊在 2 個小時的賽程中維持零比零平手的僵局，在最後 PK 賽才因越南隊進球得分、而獲得第二名。

　　由於隊伍太多，再加上南北交通的成本，TISL 自從 2017 年分為北部、中部和南部地區。TISL 的每年聯賽都需要將近一年的時間，因為移工可以休假的日子不太一樣，大部份的人週六日應該休假，問題是工廠要輪班、排班或加班，有時臨時被要求配合加班，工人就無法如原定計畫的去參加足球比賽。通常，大部分的工人平均每個月只能花一個月 1-2 次的時間參加比賽。

　　雖然阿里希望在台灣的印尼足球隊能夠再度團結，但如果場地不確定，印尼移工也很難找同一時間的休假及交通等各種問題，讓團結的 TIFL 顯得困難重重。

　　阿里認為，在台灣的生活很自由，移工來台灣之後很容易接觸毒品。但足球是男性移工緩解壓力、保持體力及避免毒品的有效方法。通過足球，阿里也能夠找到一種兄弟情誼，治癒他對家鄉的懷念。「通過足球，讓我在台灣有了全新的生活色彩和家庭般的歸屬感，」阿里說。

　　2015 年印尼因故被國際足總 FIFA 禁賽，有些職業足球球員為了謀生來到台灣工廠工作。阿里因此看到不少移工朋友其實有著足球的才華，衷心希望如果有機會讓移工獲得更有系統的指導，或許能挖掘出他們更多的潛力、取得更好的成績，雖然這一切是非常不可能的事。但至少透過移工足球的推動，是一個展示移工才華和提升他們自信的好機會。

　　在 2019 年夏天，阿里離開台灣、回到印尼家鄉。移工生涯的最後這些年，在台灣足球場淋漓盡致奔馳的回憶如此難忘。回到故鄉的阿里開始忙著投入餐飲創業生意的同時，他也不忘組織社區的足球隊一起在故鄉的土地上踢球。「足球成為我生命的一部份，也為我追求人生夢想的旅程帶來很大的鼓勵，」阿里說。

沙多
SAPTONO
原國籍：印尼

見證在台印尼足球聯盟發展

● Neili United FC 隊長，印尼在台足球聯盟 TISL 裁判

　　沙多在印尼時曾在足球學校就讀並受訓，對於足球的熱愛打下基礎。2001 年他來到台灣南部工作，起初是加入泰國工人的足球隊，後來找到許多熱愛足球的印尼同鄉組隊玩球。2012 年一起舉辦台灣首次的印尼足球聯誼賽，2014 年正式成立台灣印尼足球聯盟 TISL，舉辦 台北中南的印尼足球聯賽。

　　這幾年他致力從足球員轉換為足球裁判。他覺得站在球場上，以專業、公正且不偏頗的方式執行比賽是一個很有趣的挑戰。他強調，足球陪伴移工，使來自同樣家鄉的異鄉人能相聚紓解鄉愁並互相支持，激勵自己繼續頑強的奮鬥下去。

來自印尼的沙多跟許多印尼男孩一樣，有著充滿足球記憶的童年。特別是在足球學校就讀及受訓的日子，更奠下他對足球難以想像的熱愛。沙多第一次出國工作是到印尼附近的馬來西亞，空閒之餘他和同事們踢踢球、解解悶。工作了兩年，2001 年沙多漂洋過海來到離家 ****** 公里的台灣南部工作。

　　沙多一開始到台灣南部的高雄工廠工作。在這裡，沙多認識許多熱愛踢足球的泰國朋友，血液裡的足球細胞彷彿都被召喚醒來，他開始跟著泰國的移工一起組隊踢球，甚至舉辦友誼賽，全隊裡就只有他一人來自印尼。泰國人不會講印尼話、印尼的沙多不會講泰語？沒問題的，足球是共同的溝通語言。

　　2002 年，沙多認識一群愛踢足球的台灣銀髮族及其他外國人組成的球隊，每每下班或假日時他們就相約在鳳山的場地一起踢球。印尼人、台灣老人及其它外國人？透過足球及台語，大家在球場上的溝通還是沒問題的。

　　2005 年，足球吸引著沙多繼續第二次申請來台工作，這次他在桃園工作。他發現，這裡大部份的泰國同事很多在來台工作前都是足球運動員，為了能更多與各國移工一起踢球的機會，沙多開始召集場內的印尼同事一起組成球隊，而隊名就以工廠名稱來取名。

　　當時台灣的印尼足球聯盟還沒成立，彼此間的交流也較少，直到 2012 年時才有幾個印尼球隊合辦友誼賽，這是他們在台灣第一次舉辦的，專屬印尼的足球賽。

　　陸陸續續到了 2014 年，印尼足球隊決定辦理全台北、中、南的印尼足球聯賽，台灣印尼足球聯盟也因而正式成立，但在這個時候，沙多並未出賽，而是以裁判身分參與這場盛事。

　　足球在台灣不是一個流行的運動，也不普及。但 2015 年隨著移民工足球的開辦及媒體的大力宣傳，足球由台灣外籍移民移工逐漸帶入台灣社會，更多人開始關注足球，特別是移工足球運動。2018 年時，沙多重新組織 GARUDA FC 隊，參加中華五人次制足球聯賽。當時，泰國已經參加了好幾年比賽，這是印尼足球隊第一次參賽。然而，因為工人平時的工作負擔就很多，球員根本沒法好好練習，以致表現成績不理想。

滿腦子足球夢的沙多並未氣餒，他打起精神、重組隊伍，邀請更多熱愛踢球且實力堅強的同鄉人組成 NEILI FC 隊，並報名參加 2018-2019 的 T2 聯賽。

在台灣工作時間已經 12 年的沙多認為，很多外籍移工到台灣後非常想家，解決這問題的一個方法就是踢球。因為在印尼，足球非常盛行、伴隨我們長大，幾乎每個村子都有場地可以踢球。足球除是一種休閒運動，更多的是足球帶來的陪伴，使來自同樣家鄉、身處台灣各縣市工作的異鄉人有時間能聚在一起紓解鄉愁並互相支持、激勵自己繼續頑強的奮鬥下去。

對於足球的熱愛讓沙多不單只是想在場上踢球，他也開始對擔任裁判感到興趣。

本來沙多在台灣只是做為球員參加比賽，但 2014 年 TIFL 成立後，看到台灣各地聯賽都缺乏裁判的問題，他就開始積極鑽研足球裁判專業知識，投入參與台灣各地的業餘賽事。2019 年他更參與了台灣外籍工作者發展協會 GWO 及中華足協 CTFA 共同舉辦的外籍人士多國語裁判研習營，由台灣的國際級裁判授課，與越南、泰國籍的裁判一起學習裁判訓練。現在，沙多有空時，除了踢球、帶隊，更時常南北兩地奔波、協助聯盟各賽事擔任裁判。

沙多一步步去研究裁判所需要了解的相關知識以及如何當一個好裁判，過程中若有不懂的問題，就會去請教一位曾在泰國擔任足球裁判的朋友、向他學習。也因為沙多的認真及越發專業的態度，讓不少移工球隊都想邀請他擔任裁判。

2019 年，有了多場擔任裁判的經驗後，沙多發現，如果自己能夠考取一張專業的裁判證的話，對自己未來在足球圈會很有幫助，除了能提升自身裁判技術外也能更得到大家的肯定，因此沙多靠著他多年在台灣練出的流利中文，報名了台灣的五人制足球裁判課程，和台灣人一起接受培訓，並成功取得裁判證。

然而，球場上即使再專業的裁判難免都會受到球員及其他人的質疑及辯論。沙多說，辯論是正常的，因為裁判也是一般人，錯誤判斷無法完全避免，因此要持續精進專業。

對沙多而言，足球的熱情並不一定只能在場上踢球時才能展現出來，擔任一位公平、公正的裁判，一樣可以滿足他滿腔的足球熱血。「我覺得當裁判很有趣，因為我們必須保持中立與公平，一旦站上球場，專業、公正且不偏頗對我來說是一個很好的挑戰！」他說。

沙多平日除了工作外的其他時間幾乎都獻給了足球運動。「看起來好像都很忙，但忙足球是快樂的，」沙多說，他在台灣南北許多足球場看到台灣現在踢球的小孩越來越多，希望自己在帶印尼隊的同時，也有機會貢獻自己的專業教更多台灣小朋友踢球，不論台灣人或外國人，一起努力讓台灣的足球發展越來越好。

施泰鑫 พเนตร. ผ่องใส
PHANET、PHONGSAI
原國籍：泰國

見證在台泰國足球聯盟的發展

●桃園立青足球隊領隊

　　台灣開放外籍移工的第一年1998年，泰鑫大專剛畢業，聽泰國仲介說來台灣有足球可踢，他就決定來台灣工作。擔心台灣買不到好球鞋，他什麼行李都沒、只帶一雙足球鞋就來台灣。台灣仲介問他：你是來工作賺錢還是來踢足球的？

　　他在台灣結婚成家、在工廠管理移工。長年來用心組織泰勞足球隊，希望以他心愛的足球引導這些人在異鄉的年輕同鄉遠離毒品、賭博及酒精的誘惑，在台灣好好工作生活，然後平安回國實現夢想。

泰鑫成長在泰國鄉下，鄉下農家普遍都窮，對窮孩子來說，足球和泰拳是最不需要花錢的運動。因為怕泰拳容易受傷，媽媽鼓勵他玩足球，還送他去足球學校上課。他一路讀書都參加足球校隊，甚至還是可獲得保送大專的城市代表隊球員。1998年他五專剛畢業，泰國仲介介紹他來剛開始引進外籍移工的台灣工作。薪水之外，他只問：「台灣有人在踢足球嗎？」仲介肯回說：「我們泰國去那裡工作的外勞都有在玩足球喔」於是，他決定來台灣。

剛來台灣中部，他常到泰國店交朋友，自己組一個足球隊，跟附近工廠或工業區的移工踢球。除了泰國人自己玩，也跟印尼人踢。當時台灣還未引進越南移工。

合約 2 年期滿，他回泰國繼續讀大學工業管理系。大三時，在台灣工作的鄰居回國來續辦延長台灣工作的手續，並告訴他有人想組織泰國足球隊，一直想組球隊的泰鑫忍不住又休學來台灣打工。2004 年這次到桃園工作，一待就是 9 年。後來因為台灣規定移工累積居留最多 12 年的工作期限，於是他跟台灣的泰僑女友結婚留下，也從外勞身份轉為工廠的外勞管理員。

早期台灣引進外籍廠工，以泰國移工最多。做農業生意的台灣人羅勝炳也進貨給一些泰國店，泰國人喜歡喝酒，同樣阿沙力的羅勝炳久而久之跟泰勞也混熟了，常被邀去看泰國人踢足球、打泰拳。後來他開始資助泰勞一些活動經費，被泰勞們稱為「龍哥」。2004 年泰鑫幾位泰勞結合羅勝炳組成「立青足球隊」，讓泰勞足球有了落地台灣的歸屬。後來，羅勝炳也在泰鑫等移工鼓勵下，成立了台灣第一個由泰國人授課的泰拳館。

泰鑫對足球隊的夢想全部放在立青足球隊、全心投入發展。也是泰勞的好朋友馬納因為有裁判證，由他來組訓球員。後來人數越來越多，實在忙不過來。2015 年底台灣盃國際移民足球賽中，首次組隊參賽的越南隊展現出來強悍的實力令泰鑫大為吃驚，決定回泰國找救兵，利用媒合移工來台打工的機會，特別挑選具有足球專業證照的教練裁判及有潛力的球員，來增強立青隊的戰力。

2017 年泰鑫找來在泰國擔任體育老師 Artit 等 5 位有裁判證或足球表現不錯的移工來台工作，Artit 本身還有最新通過的泰國足球教練及裁判證照。但是，泰鑫說，泰國現在社會進步，很多年輕人不要來台灣做工人這種粗重的工作，社會地位低、容易被歧視。「不要管別人怎麼稱呼你、怎麼看你，我們要做的只是努力賺錢存錢、好好踢球，認真踏實做好我們自己，」泰鑫總是這樣告訴年輕的泰國移工，但「移工」這個標籤經常讓一些泰國年輕人為此打退堂鼓，但即使是已經「升格」為新住民的泰鑫，有時還是感受到社會對「新住民」、「東南亞」的歧視。他笑笑說，泰國現在很進步，沒怎麼輸台灣的啦 !!

　　泰鑫組織足球隊為的是興趣，更希望藉由足球來導正年輕移工。他說，從當一個移工到變成工廠的移工管理人員，他看了好多來台灣工作的移工，在家鄉沒錢來台灣賺錢，突然一個月有 2 萬多塊台幣收入，因為工作壓力、適應問題及想家種種問題，很容易受不了誘惑去吸毒、賭博或喝酒。有足球隊讓他們參加，放假日可以發洩體力，球場有好朋友一起，有問題可以說出來交換資訊，足球真的不只是運動而已。他認為，踢足球的人本性都很正直、不會變壞，因為足球需要刻苦練習、要腳踏實地，沒有這樣素質的人是踢不好足球的。

　　「我們在台灣踢足球也是在交朋友，而且還可以認識不同國家的朋友，」泰鑫說，泰國隊員不只是和泰國自己人，也和台灣、越南、印尼甚至歐美等各國球員踢球，以前很少主動跟身材高大的歐美球員踢球，因為他們身材都比較高大，球員可能會抗拒。但泰鑫積極鼓勵球員與不同風格球隊互相交流、彼此學習。

　　泰鑫強調，足球任何時候都能踢，在空地也能踢，雨下太大就在室內梯五人制，天氣好或只下一點雨都能在戶外踢 11 人制。十分肯定運動好處的他更跨越了不同領域，也作為泰拳、武術等多項有泰國文化特色之運動的中間聯絡人，搭起了這些運動與比賽成功舉辦的重要橋梁，也曾經帶隊融入台灣本土的文化活動、帶領泰國人參加端午的龍舟競賽。甚至在這過程中還認識了一位台灣導演，跨刀拍了幾部電影及戲劇。

　　台灣的外籍移工足球最早可以源自 1998 年來台灣打工的泰籍外勞。泰鑫是其中之一。從當年那個只帶一雙足球鞋就來到台灣工作的年輕人，到現在落地生根台灣的中年大叔，泰鑫在工作之餘，忙著去上台灣教育部泰語師資培訓、忙著在假日跑足球場當裁判或陪球員練球，同時也不餘遺力的幫忙新成立的外籍移民足球聯盟 TIFL 整合泰國足球隊，希望移工有了自己的足球聯盟，將來可以更容易的踢足球，也有更多移工加入足球隊有健康的休閒運動。

阿迪
Buaktuaisong Artit
原國籍：泰國

在台泰籍足球員的培育推手

●立青足球隊教練

　　泰國 Artit2006 年大學剛畢業首次來台打工時，開始與其他泰國移工組隊參加五人制足球賽。2017 年他在泰國仲介刻意安排下再度來台灣打工，此次還肩負著工作之餘指導在台灣泰國立青足球隊的任務。

　　比較起來，台灣現在的移工除了大型的聯賽、盃賽外，許多地方也有大大小小的業餘比賽，球隊規模更大。尤其是能與許多來自不同國家的隊伍交流，這是無論在泰國或是他第一次來台時都沒有過的經驗，因此他很羨慕現在的球員有更豐富的足球比賽經驗。

2006 年 Artit 首次來台。那時候甫自大學體育教育學系畢業的 Artit，因為哥哥也在台灣工作的緣故，便因其兄長的邀約到台灣的電子零件工廠工作。Artit 第一次來台灣的時候，便與其他泰國移工組足球隊，參加五人制比賽。兩年的工作合約期滿，他回到泰國擔任國中及國小學校體育老師，也在學生選修類別中教足球，展開青少年足球教練的生涯。

由於 Artit 並非正式經過國家教師認證考試的老師，體育約聘老師在薪資比起正式的老師低，且由於家庭經濟的需要而台灣的薪資相對較高，2017 年 Artit 在泰國仲介刻意的安排下再度來到台灣，這次不只是來台灣打工，同時還肩負著工作之餘指導在台灣泰國立青足球隊的任務。

桃園立青是極少數有專職教練指導的移工足球隊。做為立青隊教練的他，除了要帶領球隊在企業五人制持續奮戰，也要持續提升目前在台灣業餘聯賽中 11 人制球隊的戰力、力爭上游。目前立青隊有超過 60 名以上的球員，而且是來自北中南各地。因為球員來自各地，工作時間與距離各有不同，且加入球員多，所以在比賽前還是得經過選拔，組合出最佳戰力。此外，實際上每次訓練沒辦法全員到齊，所以固定被選出上場必賽或可供替補、輪換的球員名單不到 40 位。

在執教風格上，Artit 認為他並未刻意要將球隊塑造成一支專注傳球控制或進攻、或專注防守型的球隊。很多時候還是得靠臨場反應調整戰術，因此越多變的風格越好。他經常會用以前的比賽經驗來跟球員討論、重新回顧某場比賽的方式，然後模擬實際情況來讓球員進行下場的訓練。

跟指導過去的學生足球很不一樣的是，Artit 針對移工足球隊員的特性要設計出不同的訓練方式，可以說是一個全新的挑戰。Artit 必須考慮很多事。首先，因為球員平常都有工作，而且來自南北不同地方，所以訓練時間並不像學校學生那麼固定。常常要考量能來的人數、大家較共同的時間來安排重要的訓練內容或談話。此外，球員因為工作關係，沒辦法系統性、規律性的做體能訓練，雖然還是不斷的在訓練球員體能。而且大部分球員的身體素質(如身高、速度等)都已定型,球員普遍也有基礎的足球技巧,與小朋友要花時間從頭教起不同的是,移工足球員的訓練要更專注在戰術及場上該怎麼應變等思考方式。

Artit 強調,他要求球員在加入前要先想清楚,他選擇球員一定先問他在哪裡工作、經濟狀況允不允許他四處奔波比賽、與工作的工廠能不能協調好,會不會影響到平常工作等。因為踢球就是要踢得開心,他不樂見球員為了加入球隊而犧牲平常的工作或生活步調。之所以會有這樣的規定,主要是因為,大部分球員是出於興趣及熱情才投入在業餘球隊,而參加踢球並沒有任何薪水或出場費,就連擔任教練的他也是在正職之餘義務性的指導帶隊。立青隊的老闆雖然會提供足球設備、球員裝備、伙食與部分交通費等補助,但球隊多半還是得爭取比賽獎金才有收入。

比較前後來台的經驗,Artit 看到移工圈足球有著極大的差異。第一次來的時候,幾乎沒有什麼比賽可以踢,而且規模都較小。但這次回來時發現,除了大型的聯賽、盃賽外,台灣許多地方開始有大大小小的業餘比賽,球隊整體規模而言也較大。僅以在台灣的泰國移工隊來說,全台灣大概有超過 50 支以上的隊伍。

尤其讓他印象最深刻的是,在台灣踢球能夠與許多不同國家為代表的隊伍交流,有東南亞、有台灣也有歐美的,這是無論在泰國本地或是他第一次來台時都沒有過的經驗。也因此他某方面也很羨慕現在的這些球員「比起當年他在台灣踢足球的經驗豐富許多。」

相對於移工圈的足球風盛,台灣本地的足球改變不大。看球的球迷還是沒有變多,踢球時還是沒什麼觀眾,可能是因為台灣人還是比較愛籃球跟棒球吧。他說,台灣足球還是不像泰國那麼具規模，泰國足球比賽發展得很早，近幾十年也慢慢藉由聯賽改制、擴大規模，在不斷的變動中有大的進步。

　　Artit 強調球迷文化十分重要，培養球迷是所有運動產業的基石。例如他出身於武里南府，大學就讀四色菊府的國立體育大學，因此他就是身為武里南聯與四色菊族球會的死忠粉絲。但在台灣，很少聽到有球迷會說自己來自哪裡、因此是哪一隊球迷這類的話。

　　Artit 身為教練同時，非常照顧球員的生活情形，更是一位惜才的教練。許多隊裡的好球員轉往更具規模的球隊或競爭強度更高的球隊，都是透過他的引薦。有些泰籍移工球員，因此突破了藍白領階級、加入了歐美人士為主的球隊。如桃園國際便有三位泰籍選手的加入。Artit 未來更想在台灣培育出一批立青出品的泰國好手，能夠成為各方球隊爭取的戰力。也希望泰國隊能不斷成長，成為更具競爭力的球隊，創造成績。

吉瓦
Daeugkliang Jirawat

原國籍：泰國

職業球員轉戰台灣移工足運

●立青足球隊、Inter Taoyuan 桃園外援球員

　　在四色菊師範大學就讀數學系的 Jirawat2018 年休學，經過老師的介紹來到台灣新北市打工。廿歲出頭的 Jirawat 從小學到大學一直都是學校足球代表隊的成員，大學期間更效力於實力堅強的四色菊五人制足球俱樂部，參加泰國的職業五人制足球聯賽。

　　Jirawat 之所以被安排來台灣工作，是為了讓他在工作之餘，投效桃園立青足球隊、增強泰國移工足球的戰力。才一年多的時間，Jirawat 在教練的引薦下，也錄取 Inter Taoyuan 的亞洲外援球員，展開移工生涯中強度更高的足球專業挑戰。

2018 年來台工作的 Jirawat，工作之餘本來是桃園立青足球隊的球員。Jirawat 高中老師丈夫恰好是立青隊教練 Artit，他遊說 Jirawat 能來台灣工作順便為其球隊效力。Jirawat 便決定來台灣看看，並填補自己兒時想成為足球員的夢想。廿歲出頭的 Jirawat 在來台前就已經有著非常豐富的足球經歷。他從小學開始到大學一直都是學校足球代表隊的成員，大學期間除了是校隊，更效力於實力堅強的四色菊五人制足球俱樂部的球員參加泰國的職業五人制足球聯賽。

Jirawat 沒有完成他的師範大學學位便毅然決然的來到台灣工作，是因為父母希望他就讀師範可以考公職、當老師，有穩定的「鐵飯碗」工作，但喜歡挑戰 Jirawat 一聽到來台灣工作可以順便參加足球隊的條件時，就深受吸引。為了讓父母放心，Jirawat 開始賺錢、存錢，也把錢寄回家裡，而且身邊有足球教練、有隊友跟前輩互相照應。此外，Jirawat 也重拾學業，在台灣上泰國素可泰開放大學的教育學系課程，以這些行動來向父母證明能好好照顧自己，在台灣過得很好。

熱愛足球與挑戰性格使然，2019 年 Jirawat 經教練推薦，前往甫與桃園市政府簽約成為桃園市代表球隊的 Inter Taoyuan 試訓，以自己見長的速度與帶球優勢，順利通過試訓，成為 Inter 桃園的亞洲外援代表，並擔任該隊右邊鋒位置，打開他在台灣參加企業足球聯賽的契機。原來的教練希望他到更高強度球隊發揮所長，也能把相關的經驗帶回到原球隊，增加球隊的競爭力。對照泰國發達的足球運動及實力，校隊出身、還踢過國家聯賽的 Jirawat 曾經接受過嚴謹的訓練，但在台灣一方面要顧及工作，球隊的訓練時間極其有限，且比賽的密度不高，挑戰性沒有想像中的高。

Jirawat 加入 Inter Taoyuan 這樣一支有多國籍球員的隊伍其實遇到很多困難。由於他不是全職球員，平常日要在工廠工作，工廠主管也叮嚀他踢球別影響工作，因此經常白天工作結束，下午或傍晚就要到場地練球，有時場地在台北大直或新莊輔仁大學，轉乘大眾運輸工具的過程也徒增不少勞累，也必須自行負擔交通費用。

　　由於並非正式球員，因此並沒有正式的球員薪水。這樣的草根足球，即便邁向了更專業的聯賽，對於很多業餘球員而言，還是興趣大過於利益。Jirawat 說，雖然要自行負擔交通費，但這是出於自願，因為希望得到較健全的教練體系。況且即便無法每次練習都到場，但教練團隊會安排自主訓練的菜單，並時刻追蹤練習狀況。在比賽上，球員平均年齡較為年輕，強度比較大。「我的足球水準已經達到一個水平，加入 INTER 是希望能維持我的競爭力，」他說。

　　除了與其他正規球員在訓練參加時間的差異外，Jirawat 與隊上的教練與隊友相處融洽，彼此也在場上培養出默契，對上有歐美球員及其他不同國籍的亞洲球員如越南籍球員，雖然語言不通，但在場上往往能用一個手勢或眼神了解對方的指示，有時無須過多交流，自然而然就完成一次戰術配合。而訓練的時間差異也沒有太影響到 Jirawat 的表現，他自認自己的速度在隊中仍是處於優勢的。

　　身材矮小的 Jirawat 非常欣賞泰籍的明星球員頌賈辛(Chanathip Songkrasin)。他說，自己的身高跟頌賈辛一樣只有158 公分，但頌賈辛能克服他身高的劣勢，一路從泰國本土聯賽的蒙通聯成為泰國主力的中場球員，並效力於日本的北海道岡薩多。Jirawat 也想克服自己的缺陷，並全力發揮自己的速度優勢，未來希望增進各方面的能力，尤其在帶球過人的技巧及場上應變能力等，成為一個更全能的前鋒。此外，他也希望，在結束移工生涯後，能回到家鄉擔任球隊教練、甚至成立自己的足球俱樂部，貢獻他豐富且有趣的異國足球經驗。

黃重顯
Hoàng Trọng Hiển
原國籍：越南

燃燒的足球魂

● 義安足球隊 2015 隊長

　　來自號稱越南足球首都 — 義安的黃重顯怎麼也沒想到，因為受傷而中斷的越南國家代表隊生涯，會在他被迫來到台灣打工時重新開啓。

　　2016 年由於當時台灣法令的規定及高額的仲介費，黃重顯被迫選擇成為逃逸移工，開始了他在台灣驚險萬份的工作經歷。在艱苦不安的日子裡，參加移工足球賽帶給他極大的希望及奮鬥的勇氣。2019 年初他遭到台灣移民警察逮捕、遣返回越南。但拼戰台灣盃移民足球賽的記憶激勵著他，繼續以行動實踐對足球的熱愛。

越南近年來足球快速挺進，堪稱東南亞第一強。義安省是越南足球最強省份，向有足球首都之稱。成長於義安的黃重顯，國中時參加越南第四區國家軍隊足球隊徵選，經歷 5 輪考試、從一萬多個少年中脫穎而出，成為入選的 28 位球員之一。從此，他的生活除了練球時間外，其餘的日常也被軍營鋼鐵般的教育填滿，而這樣刻苦的每一天卻也淬鍊黃重顯的心性，成為代表越南參加國內外多場賽事的職業球員。

看似風光、順遂的職業球員生涯，在 2013 年一場球賽中受傷後中止了。面對無法上場踢球及經濟的壓力之下，黃重顯被迫放下心愛的足球事業，決定仿效那些前往台灣發展後改善家庭生活、買地甚至成功蓋大房子的人。在家人的支持下，黃重顯向銀行貸款 6000 美元付仲介費來到台灣當移工。

黃重顯本來在北部工廠上班，賺錢是他生活唯一重心。然而，對足球的熱愛深埋在他血液，時不時的就湧出攪動他的心。

「我今天可以不踢、明天可以不踢、後天也可以忍著不踢，但往後在台灣的每一天都只有工作我能忍得住嗎？我能將它從我的生命裡切割出來嗎？」即使來到了異地，對足球的熾熱心情絲毫沒有減少，黃重顯把握時間約工廠裡的兄弟們一起踢球，宣洩滿腔的足球魂，也排解工作上的壓力及歸不得的鄉愁。

2015 年台灣外籍工作者發展協會 GWO 舉辦台灣盃國際移工足球賽，這是移工圈第一次大型足球比賽。黃重顯非常高興，在所剩不多的時間內召集了在台灣北、中、南工作，對足球有興趣的越南朋友一起組隊，並取名為「越南隊」。

2019 年初已經回國的黃重顯透過電話的彼端，興奮的憶起當年說：「這次比賽除了我們越南隊，還有泰國、印尼的移工代表隊參加，很開心可以成為第一屆台灣盃的冠軍。這是我們在台灣第一次參加這麼大規模的足球賽，非常感謝 GWO 讓我、讓我們在台灣工作之餘還有機會，還可以有比賽參加，把踢足球的樂趣發揚。這些回憶的片段現在仍是會歷歷出現在我的腦海中，將來我一定要將在台灣第一次參賽，第一次奪冠的美好回憶說給我的孩子聽！」

　　從參加完第一屆台灣盃後，越南同鄉會每年開始舉辦在台灣各省足球賽，以越南的 16 個省為代表組隊，而黃重顯恰恰就是創立、帶領義安隊的靈魂人物，並積極參加台灣縣市勞動局、GWO 等單位所舉辦的各場比賽，而「義安隊」這個名稱至今在台灣越南的足球隊裡仍是非常響亮。

　　2016 年在台灣工作了 3 年，黃重顯面臨的是工作約滿回國的選擇。依照台灣規定，他必須回國後再重新辦裡文件來台灣。但好不容易才把銀行貸款的 6000 美元還完，難道還要再繼續借嗎？何況合法在工廠工作月薪只有 18,000 元，扣掉仲介費 1,800 元、吃飯 2,500 元、住宿 3,000 元，再扣掉勞健保及稅金，他必須不斷加班才有賺錢的可能。眼看著父母親年紀都大了、家裡還有弟弟，身為長子的他為了繼續賺錢養家，只能選擇逃跑、成為非法移工。

　　剛開始，黃重顯和一群同是逃跑的移工朋友住在一起，也一起在一位越南籍的新住民大哥手下從事做營造工程。「大哥和我們談的薪水很不錯，那時候以為好運就要降臨在我身上，翻身的機會終於到了！」對未來的願景讓黃重顯對工作更加上心。辛勤工作了一個月，終於迎來領薪水的時刻，但，卻被這位新住民大哥要求下個月再一起給。礙於生活，即使無奈也只能繼續做。好不容易捱過了第二個月，薪水仍是沒有發下來，要求等下一個月工程結束後再一起給。由於自身是逃跑外勞，還得拜託大哥幫忙寄錢回家，因此只能相信他。

　　「因為他是我的同鄉也是自己人，應該不會騙我們的。」持續忍耐著無薪的壓力及對同鄉人的堅信，第三個月熬過去了，沒想到大哥卻再也聯繫不到了。「去了總公司才知道，其實我們的薪水每個月都給那位大哥了，但他把我們的薪水都拿去澳門賭博賠光了。」黃重顯懊惱的說。又開始流浪的黃重顯，沒有地方住、沒有錢，好友看到他的飢餓及疲憊，伸出援手幫他度過難關。

對黃重顯這樣逃跑的外勞來說，營造業的打工是最好的選擇，在不符合安全規範的工地裡面，他們承包了所有台灣人不敢做的高危險工作，赤著腳在沒有安全帶甚至是施工架的地方爬上爬下。「剛開始爬到很高的地方往下看真的很害怕，但做久了也習慣了，只要可以賺到錢，無論是土木、水泥、電焊我都做，就算不會我也努力學習。」

隨著黃重顯把握時間、不問辛勞的堅持下，他熟練了工地裡所有的工作，因此每當工程一結束他也能很快地找到下一份工作。他說，好像接工作很順利，但其實危機很多。有時候在建高樓層的時候，樓下就會有人打電話來告訴我們警察來了，要我們趕快躲起來。有時候一天還會來五、六次，甚至還穿便服來抓。面對身體的健康狀況、治安、職業災害及工作權利等不確定因素，黃重顯感慨這段幾乎是亡命打工的日子說：「我真感謝老天爺都保佑我健康無事！」

在逃逸的這段期間，只要薪水還可以黃重顯就會接下工作，即使環境惡劣不安全、超時趕工、豔陽寒流等，壓力非常沉重。「有時候真的很想放棄乾脆回去算了，但親戚、朋友都會關心我從國外回去賺多少，我們家房子蓋完了沒。我這樣兩手空空怎麼回去？」

「雖然壓力很大，但每次只要和兄弟們一起踢球，我就覺得一切都是美好的。」能讓黃重顯化解壓力、持續在台灣繼續打拼的動力就是足球了。但很多政府單位舉辦的比賽活動，其實是禁止逃逸移工參加的，如果冒名參加而能有被抓的危險。但對他而言足球不僅僅是好玩而已，更是他生命燃燒的起點。他説：「我對足球的愛勝過我對警察的害怕，就算要我以逃逸身分參賽、踢球我也不怕。」

工作、踢球、躲藏是黃重顯自 2016 年決定逃逸後的日常，雖然有一餐沒一餐，工作沒有薪水，但只要能夠踢球都仍是甘之如飴。然而，在 2018 年時，內政部移民署的新法規專案推出，抓取逃逸外勞更加嚴謹了。「我還記得的那天在工地旁邊準備上工，穿便服警察意外的出現，我就被警察抓了，一個月後我就被遣返回國。」

回到越南後，黃重顯在義安開了一間運動用品店，除了踢球、比賽外，也積極和朋友合作辦理地區國高中生比賽活動推廣，並取名為「學堂足球」，也得到許多家長的肯定。此外，他也計畫考取到裁判證書後，計畫要以從國小到高中分不同年齡、不同等級的方式，開設一所足球培訓中心。

對黃重顯而言，足球是他靈魂價值的象徵。「只要在球場上我就會竭盡一切去起踢球。比賽可以不贏，但球一定要踢得美，這個美是在於精神的美、技術的美以及品德的美，它不僅是我學習與交流的導師，更是連結人與人的媒介。」

在台灣工作的這段回憶讓黃重顯十分想念，尤其是和大家一起踢足球的日子。黃重顯也希望有朝一日能夠帶領他培訓的球員，再次回到台灣這片土地上與台灣足球交流，然而對於曾經是台灣逃逸移工的身分，這項盼望是否能實現？他感傷的説：「我還能夠再回去台灣嗎？」

陳文秀
原國籍：越南

跨越國籍及階級的平等足球

●越南海陽隊 /Hải Dương FC 隊長

　　2008 年，出生於海陽省鄉下的陳文秀廿歲就為了賺錢實現自己開攝影店的創業夢想來到台灣工作。一群熱愛足球的年輕越南移工放假日就相約球場跟足球「約會」，利用學校小小的空地享受踢球的快樂。

　　返鄉後他如願開店娶妻生子，但因生意不好，帶著妻子再度到台灣打工。他擔心假日忙著組織同鄉足球隊而無法陪伴老婆，但妻子反而鼓勵他，能夠在異國與同鄉朋友一起熱情追夢，實在是人生難得美好的回憶。

　　對於生活在一個足球甚不風行到可以被稱為足球沙漠的台灣老板來説，工廠裡的越南移工熱衷於足球，竟然放著可以加班的機會不賺錢、跑去參加足球活動，真是所為何來。是因為移工足球比賽贏球有獎金嗎？還是可以利用比賽私下賭錢呢？「我們踢足球真的不是為了多賺什麼錢，就單純只是很愛足球……….. 為什麼愛足球？」海陽隊長陳文秀説：「當我們很自然的透過雙腳接觸足球時，也自然而然的就愛上足球。」

　　來自越南海陽省鄉下的陳文秀，有記憶以來就天天黏著塑膠球不放，他特別喜歡踏著土地、用雙腳帶著球前進的感覺。家鄉的足球環境並不好，沒有正規的足球場地可用。他家裡開木頭工廠，就利用爸爸裁切剩的木頭框做成球門。有木門、有空地，再來一顆球，球滾動起來就能開始一場趣味的足球比賽，讓鄉下的孩子們從早到晚沉浸在踢球的喜悅中。

　　長大後，陳文秀跟許多當地的年輕人一樣，得離開家鄉找到更好的機會謀生。陳文秀選擇離鄉背井到台灣工作。本來以為到了台灣，就沒有機會、也很難找到人玩球了。沒想到在附近工廠跟熱愛足球的同鄉重逢，一群熱愛足球的越南外勞放假門就相約到球場，跟足球約會去。因為踢足球，陳文秀結識不少人，進而凝聚起分散各處的越南人，繼續在台灣學校的小小足球場上快樂踢球。

　　2011 年，陳文秀在台灣工作告一段落，回到越南實現他開攝影店的創業夢想。這趟過程讓他邂逅心愛的妻子，婚後也有了寶貝女兒。

　　2016 年，由於攝影店生意不理想，陳文秀與老婆討論後決定夫妻兩人一起到台灣打工。這次來台灣，因為 2015 年底台灣盃移工足球賽帶動起來的移工足球風潮，促使越南移工成立足球聯盟，16 個省在台灣都組織了足球隊、舉辦聯賽。陳文秀很快的組織海陽省足球隊，藉以連結同鄉、團結感情、並藉此在臺灣與來自不同國家的人做朋友，互相認識、交流。這也是他在台灣玩足球與越南時最特別的部份。

　　創立球隊帶來許多壓力與問題，但太太始終是最大助力。他的太太經常與他一起一起管理球隊、一起擔心球隊裡的事，每場練習或比賽時都跟著球隊的腳步，來球場照顧球員，也扛著相機奔跑在球場上拍下精彩的照片。「妻子在某方面來說，對足球比我還堅持呢！」

陳文秀說，隨著年紀漸長，他考慮放手球隊管理、照顧老婆。沒想到老婆的回說：「我喜歡你在球場非常帥氣，因為那是你正在追逐夢想所散發出來的氣質。如果放棄這些，你的生活沒有了夢想，說不定你就沒有那麼魅力了，我也不會那麼愛你了。」原來，正是因為他對足球的熱心讓妻子看到他為人的熱誠、而愛著他。

就這樣持續的凝聚著同鄉的球員及不斷的進步，陳文秀率領的海陽隊也締造許多佳績。，特別是 2019 年的台灣盃比賽，更讓陳文秀留下深刻印象。那場預賽的對手是台灣國立體育大學足球隊，他們平常有的固定練習場地及管理系統，但海陽隊成員卻是臨時組合，身為隊長的他只能冷靜整頓球員的心理、精神及技術，鼓勵球員無論對手是何方神聖，上了場就是要全力以赴。再說這次難得能站在臺灣國際比賽場地的臺北田徑場，不管輸贏，來踏上這裡就是球隊的榮耀了。「真不敢相信，最後我們竟然贏了！」他說。

海陽隊在 2019 年臺灣盃一路挺進冠亞軍賽，對手是一路以高大身材優勢殺入冠軍戰的甘比亞聯隊。相較起來，海陽隊球員體力、體格、專業技術、戰術等各方面都略為遜色，但多年的團結情感、與熟練場地的配合，竟在上下場硬是把戰局扳成平手。只可惜在最後 PK 賽時落敗，與冠軍擦身而過。

但整個賽事下來，球賽帶來的無形價值是讓陳文秀最印象深刻的。他說，儘管對峙過程中有些摩擦，但最後兩隊都很開心，一起手舞足蹈歡慶這場盛事的圓滿落幕，像是兩隊都是贏了比賽似的。不分距離、不分族群、不分身分貧富、甚至不論輸贏，所有隊伍都共同分享足球帶來的幸福。真是美妙啊！」陳文秀雙眼炯炯有神的說道。

　　隨著自己年紀漸長，陳文秀希望球隊有人能交棒下去、創造更多在台灣足球的美好記憶。

　　他說，足球帶給人們健康的身體、團結的力量、學習交流的機會，也賦予友情、愛情許多美好的意義。希望所有真正熱愛足球的人，不論是台灣人、越南人、印尼人、泰國人、美國人、日本人等等，只要熱愛足球就不吝嗇的把足球分享出去，讓足球散發出魅力與強大力量，透過足球消除不同族群的陌生或怨恨。

阮仁財
原國籍：越南

為足球來到台灣打工

●越南義安隊足球隊 /Choa 37 FC 隊長

　　出身越南義安省足球代表隊的阮仁財 2013 年因為比賽嚴重受傷無法踢球，從小熱愛足球、在省級訓練系統一路往上爬的的他，感覺這個世界幾乎就這麼崩塌了。幾年後，透過朋友知道在台灣有移工足球比賽，吸引他跑來台灣工作。

　　在家靠父母、出門靠朋友，在台灣的移工生活雖然辛苦，但有同鄉好友一起踢球陪伴，他很高興自己有機會來到一個有移工足球的國家工作，希望能讓更多台灣人感染到越南人對足球的熱情，一起努力讓台灣足球發展的像棒球那麼熱門。

因為來自義安省，阮仁財有個足球迷的爸爸，從小陪他玩球、鼓勵他參加專業的足球訓練。2008 年，13 歲的他被義安省體育局相中，入選義安省 U13 足球隊，就此離開家鄉住在足球學院培訓，學習刻苦獨立的生活。他說，訓練是非常辛苦的，球隊競爭壓力非常大，每個人都要找到發揮最佳表現的方法。所以一開始他多次偷偷離開培訓場，搭車跑回家，想放棄訓練機會。教練、老師跑來家中勸說，在父母鼓勵下，他才一次次回到俱樂部訓練。在艱苦的環境學習，讓他突破成長，有機會去過各省參加全國性比賽，並得到優異的成績。他滿懷足球夢，盼望能加入成人職業隊、國家隊，為國家爭取榮耀。但在 2013 年，因為踢球意外、腿嚴重骨折、後續復健也有問題，以致無法繼續訓練。對這麼熱愛足球的他，感覺這個世界就這麼地崩塌了，人生所有美好的願景都化成泡沫。

　　2017 年，他從朋友那裡知道，在台灣工作還能參加移工足球比賽，熱愛足球的他不顧一切的跑到台灣工作。花了一年開始習慣生活、穩定工作，他隨即開始安排時間參加越南的足球隊。2018 年他終於踏上台灣盃國際移民足球賽的場地。由於經費限制及場地租借不易，採取的賽制使得他們必須在一天內打三場淘汰賽。但因為有些球員工作期滿要回國、有人為準備比賽練習密集而受傷、還有人因為工廠臨時加班班等因素，以致到場比賽的隊員只有 12 位。最後在大家的團結下，義安隊堅持到最後一場的冠亞軍決賽，又碰上人高馬大的企業甲級隊皇家蔚藍隊，激戰之下得到亞軍。

　　義安足球隊是越南足球專業培訓中心的俱樂部之一，1979 年成立，也是富有越南傳統文化、歷史最悠久的足球俱樂部之一，得過多次國家比賽的冠軍，也是貢獻最多越南國足選手的俱樂部之一。阮仁財興奮地說，我們義安有國家教練阮友勝與黎貢榮、阮輝煌等說不完的國家選手，我以義安人傳承至今的正統足球基因感到驕傲。

　　其實，台灣義安隊正式名稱是「Choa 37」。「Choa」是義安省，也是「我」的意思。「37」是義安省的車牌編號，越南人習慣說我是車牌幾號的人，就能知道對方是哪裡來的。球隊叫「Choa 37」代表「我們是義安人」，展現了球員生活的義安精神及對家鄉的榮耀感。

越南人說義安這塊地是「狗和雞只能吃石頭」，形容義安環境不好、氣候不佳，每年都發生水災、乾旱等天災，很多人生活貧窮，以致不得不往外謀生、發展。有作家如此描述：「義安人勇敢而疏忽、勤勞而大膽、堅決而直接、節省而吝嗇」。這是因為面對先天困難而想節省、知勤勞；因為貧窮而有想要爬高、遠飛的期望；因為想要克服天災、想肯定自己的力量而努力學習，以學習作為擺脫苦難、邁向光榮的動力。阮仁財說，正因為嚴酷的自然環境，造就義安人的個性直接、不畏困難、重情重義、熱情且真誠。

25 歲就當最強越南隊隊長的阮仁財說，大家來台灣的主要目的是賺錢，但為了他們所熱愛足球，即使有時候交通不便，練習與比賽地方很遠，還是會安排時間前來集合練習與參加比賽。因此，有的成員經濟遇到困難，沒了工作，球隊也會盡量幫忙，或用獎金補助球員的交通費。

阮仁財 5 年來都在同家塑膠袋工廠工作。他說，踢球讓我紓解壓力，找回自己興趣。在異地雖然沒有家人陪伴，好在有同鄉朋友陪伴，大家利用假日快樂的踢球。因為足球，留在台灣的心穩定許多。他說，足球帶來的精神激勵，讓體力更好、工作也順利，可以為台灣做更多有效率的工作。大家更投入、全心全力為這塊土地一起努力奮鬥。也希望一起努力，把越南人的足球精神帶進台灣，讓台灣足球越來越發展、像棒球那麼熱門。

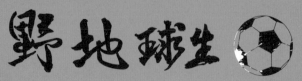

Free Kick in the Wild Field

The Story of Taiwan Immigrant Workers'Football

English

The Vision of New Immigrants and Taiwan Grassroot Football

Chiou, I-Jen ╱ Chairman of CTFA

Football is one of the world's most popular sports. Public enthusiasm for and participation in football are the main forces increasing the sport's popularity. Grassroots football in Taiwan has developed and thrived in recent years; from children's to youth and women's football, the sport is attracting increased attention. One group of players is notable for growing football's popularity: expatriates in Taiwan, especially blue-collar migrant workers from Southeast Asia. These migrant workers brought their love of football from their home countries and across the ocean to Taiwan.

Blue-collar migrant workers face human rights, social, and trade issues while working internationally, and these are pressing issues in Asia generally. For migrant workers in Taiwan, football serves to alleviate work pressure and homesickness, and the sport helps them achieve self-realization. Through football, Taiwanese society can better understand migrant workers and their countries, and this understanding dispels negative stereotypes of migrant workers and promotes social equality.

Taiwan is a society formed by immigrants. Taiwan's first

football team was organized by the British during the Japanese occupation period. Taiwan even formed the "Republic of China Football Team" with only residents from Hong Kong. This team enjoyed a brilliant record in the world of Asian football. Nowadays, football's rapid development by migrant workers brings passion and cultural exchange to Taiwan's grassroots football scene.

If Taiwan can establish a solid player and fan base at the grassroots level, then the country will improve its overall competitiveness at football. To achieve this goal, CTFA has, in recent years, devoted itself to developing grassroots football. Not only did CTFA win the AFC award twice in 2019, but the AFC has lent its support to the Taiwan Cup organized by GWO in 2020—the first time an international football organization has provided sponsorship and recognition to Taiwan's privately organized football events. The connection between migrant workers' football and Taiwan's local players creates a rich and diverse grassroots culture, which, in turn, energizes the development of football in Taiwan.

Football can continue to break down existing prejudices

DATO' WINDSOR JOHN
Asian Football Confederation, General Secretary

Dear friends and colleagues,

I am delighted that the Asian Football Confederation can support the Global Workers' Organization (GWO) in Chinese Taipei with their "Freekick in the Wild Field' initiative.

When the AFC launched its ambitious Vision and Mission in January 2016, Football for Social Development was one of the core activities which we highlighted for the next four years.

In that time, we have seen the launch of the AFC Dream Asia Foundation which has supported more than 30 projects in 22 different Member Associations in the last three years. We are understandably proud of its remarkable achievements.

Now for the first time we have the privilege of supporting a project in Chinese Taipei which will benefit so many migrant workers from across Asia - and will provide the comforting reminder of their homelands.

The project also will allow the workers to enjoy some exercise while bonding with some of the 720,000 other workers who have travelled from Indonesia, Vietnam and Thailand to find a way of supporting their families.

This book celebrates the success of this GWO project since

2015 and, with the support of the AFC's Dream Asia Foundation, we hope that football can continue to break down prejudices that exist and allow the development of a fully integrated society.

The AFC thanks the Chinese Taipei Football Association for their continued nurturing of this competition and we also thank all those who not only help stage the event but also compiled this book to celebrate its success.

野地球生

台灣移民工足球紀事

131

Little Support for Big Passions

Karen, Jui-hsi Hsu / Founder of GWO, Taiwan

In 2015, I stumbled upon migrant workers of the Neili United FC distributing flyers outside of Taipei Main Station passing. The players, wearing brightly colored football jerseys, invited their fellow countrymen to watch their football game. As a long-time journalist, I proceeded, out of curiosity, to ask them questions. Since that moment, GWO has been an integral part of the migrant workers' football scene in Taiwan.

The 2015 Taiwan Cup: Taiwan Immigrants Football Competition launched without sufficient funds, but, more importantly, heaps of migrant workers offered their participation and support. At that time, GWO was lending its office free of charge to a Vietnamese migrant worker dance group on Sunday for practice. When the dance group heard that the association was worried about the migrant workers' football game, the dance group, without hesitating, volunteered to help at the game. They prepared and managed the fields, conducted player inspections, guided player entries, and kept the venue clean.

After the game, some went home winners and some losers, but the migrant workers of different nationalities all became friends. The social boundaries separating white-collar workers and blue-collar workers, along with the cultural boundaries between people of different nationalities and races, began to blur—even the line between Taiwanese and foreigners disappeared. In 2015, the Taiwan Cup received media coverage in Indonesia and Vietnam, as well as in Taiwan. Migrant workers' football became visible in Taiwanese society thanks to the Taiwan Cup, which was also a turning point in the game's development.

In 2017, due to lack of funds, GWO was unable to organize the Taiwan Cup. However, many migrant workers players promptly inquired about the Taiwan Cup through Facebook, Line, and email. For many years, GWO had to worry about maintaining order at the game and securing funding, among the other logistical challenges attendant to hosting the Taiwan Cup. However, we recognize that the best support for the Taiwan Cup, and for the games that we continue to hold, comes from the migrant workers who have enthusiasm and passion for football.

In 2019, the Taiwan Cup finals were sponsored by the Taipei City Government, and the game was held at a Universiade venue offering free admission. However, securing the funds required for such a large venue placed excessive pressure on me. My stress was so great, I had insomnia; I could only pray to God, while my Indonesian colleagues prayed to Allah and Vietnamese colleagues recited Buddhist prayers. Later, the captain of Hả̉i Dương FC, who was so enthusiastic about football, died unexpectedly. To commemorate his contributions to migrant-worker football, we decided to hold a game in his honor. To our surprise, this game marked the first time we were able—albeit only just able!—to raise sufficient funds.

GWO is able to offer its services thanks to the passion of its members. I am especially eager to help migrant workers; when they come to me, always offer to help. GWO believes that migrant workers and Taiwanese citizens are equal, and that migrant workers should cooperate to plan and participate in the activities they love.

At the end of 2019, and after holding the position for 6 years, I resigned as chairman. Over the years, GWO has worked hard to rent football fields and organize events so that migrant workers, who often have only Sunday off from work, can enjoy a football game. On many a sunny Sunday, I would travel to football fields around Taiwan to participate in the migrant-worker football games, as if I were a sweating player chasing after my dreams with passion.

I am convinced that migrant workers, who come from different countries but support each other all the same, encourage cross-cultural exchange and so promise to fill Taiwan's barren football pitches with passion and energy. I dedicate this line to all the hard working expatriates in Taiwan: With your undefeated passion, your dreams will bloom, even on desolate ground.

A brief story of grassroots football development by Taiwan's foreign residents

Text / Shi Yuanwen,Karen Hsu

Like baseball and basketball, modern football in Taiwan was a sport introduced by immigrants. Foreign workers and residents are the main reason for the development of grassroots football in Taiwan. Accordingly, football history has a close relationship with the history of immigration to Taiwan.

From 1949 to the 1970s, Taiwan's football team counted mainly Taiwanese and Hongkonger players from the Japanese occupation period, along with mainland Chinese and Hongkongers who moved to Taiwan from various Chinese provinces after the war. These players, with the Hong Kong players whom the government actively recruited, created a glorious history for the Republic of China's national team.

In the 1970s, Taiwan withdrew from the United Nations, which caused the country's international ranking to decline. The development of football in Taiwan faltered, and Taiwan became a "football desert." Since the 1970s, Taiwanese football has relied solely on national leadership and development. Grassroots, local football was not popular historically; indeed, the military and state-owned enterprises directed most football teams.

After the lifting of martial law in 1986, Taiwan entered a period of fully-fledged democracy, and the country's rapid economic development brought many foreign workers to Taiwan. These immigrants brought the football they loved from their hometowns, and the sport became a main pastime. Taiwan's new residents connected with local Taiwanese, injecting vitality into Taiwan's local football scene.

The development of local football in Taiwan, with foreign residents as its main developers, differs from the national football team's previous approach, which focused on scoring goals and climbing the international rankings. The development of local football shows a diverse and vibrant grassroots nature. By detailing visits and interviews with expat football players, this book explores how foreign residents connected with Taiwan's local football and developed a grassroots football scene that is uniquely Taiwanese.

In the 1980s, foreign workers who came to work in Taiwan were mainly white-collar workers from developed, industrialized countries. Those who entered Taiwan after 1998 were mostly blue-collar migrant workers from Southeast Asia who relocated in response to Taiwan's labor demand. White-collar workers were mostly from industrially advanced countries, generally with higher education levels (in order to be sent abroad) and salaries, and with fewer working restrictions under Taiwan's laws. Blue-collar migrant workers came from Thailand, Indonesia, Vietnam, and the Philippines; that is, from Southeast Asian countries that

野地球生

台灣移民工足球紀事

137

were not as well-developed economically, educationally, and politically. Workers from these countries, on average, had lower education levels and salaries, and with greater working restrictions imposed by Taiwanese legislation. In fact, these workers could not freely switch employers. Socially, Taiwanese people viewed white-collar workers—mainly European, American and Japanese people—as superior, and some locals even looked up to these workers. Meanwhile, Taiwanese attitudes toward Southeast Asian migrant workers were more discriminatory. Taiwanese people regarded Southeast Asian countries as underdeveloped and backward. Moreover, Southeast Asian workers often took jobs dubbed 3D: dangerous, dirty, and difficult. These stereotypes affected all foreign workers in Taiwan, which stymied the development of football among expatriate circles.

At present, blue-collar and white-collar expats alike struggle to find football fields. In addition to the limited number of football fields in Taiwan, the use of government or school venues requires an arduous application process complicated by the Chinese language barrier. Furthermore, there are various regulations and restrictions on site usage, restoration, and the like. In general, the lease for a football pitch is not cheap: a regular lease ranges from NT$4,000 to NT$10,000 for half a day. Along with the cost of the pitch itself, there are fees for equipment (such as goals and scoreboards) and other miscellaneous fees. Deposits of over NT$10,000 are common. This price tag poses a huge burden on blue-collar migrant workers with a low income. Moreover, many public venues use a digital annual venue adoption system with a limited timeframe for registration. Foreigners often lack the time-sensitive information to obtain venue usage rights, and, as a result, have had to join other leagues or participate in existing competitions.

In addition, persistent discrimination against race, working class, language, and culture have restricted Southeast Asian migrant workers' access to football fields and resources. Often, migrant workers can only rent remote sites with poor grass conditions; these workers also contend with the burden of the rental cost. If they play football in public areas, such as schools, parks, or other open spaces, they are often questioned, excluded, and even driven away.

Taiwan's football is currently in a state where it cannot attract many fans, making the sport difficult to commercialize and scale. Many teams face financial problems. White-collar football teams have more opportunities for challenging higher-level games, due to these teams' high frequency of practicing and playing. Accordingly, they need more funds, so their demand for financial resources seems more urgent. These teams also need to find sponsorship in addition to players' fees or risk being shut down. Blue-collar workers have fewer opportunities to participate in football matches due to their daily work, their paucity of vacation time, and their lack of freedom. There are fewer opportunities for these teams to play higher-level games, and investors have little impetus to provide financial aid to such teams.

Taiwan is in the process of developing a football culture, and vigorous grassroots immigration football will likely be the strongest promoter of Taiwan's contemporary football culture. In 2020, the GWO promoted Taiwan's migrant worker football league and won the support of the Asian Football Confederation (AFC). This is the first time AFC has sponsored a Taiwanese NGO to develop a diverse football scene. This development testifies to immigrant football's integration with Taiwan's grassroots football development.

Viewing Taiwanese football from the perspective of foreigners

Text / Shi Yuanwen

All of the expatriates interviewed in this book came to Taiwan to work. They brought their love and passion for football with them. They play football and form their own teams and leagues, and some are even involved in developing professional football in Taiwan. Many foreign football players were, initially, amazed at being able to play football with players from different countries and with different playing styles in Taiwan, a place regarded as a football desert. Owing to their experiences, expat players are hopeful that Taiwan might develop into a grassroots football oasis.

The football players interviewed in this book unanimously affirmed that the development of grassroots football in Taiwan shows a steady maturation, which is extremely helpful in growing a football culture. They also emphasized that, to further develop football in Taiwan, organizations should not focus solely on players' fitness and skills; instead, establishing the culture of football is most critical. This culture stems mainly from flourishing grassroots football. Oliver, a Jamaican Canadian coach for Inter

Taoyuan, pointed out that the establishment of sports culture is the foundation of a sport's development. Most people in Taiwan think that sports are merely games, not professions, so they are unwilling to invest. Of course, real football is more than that.

Robert Iwanicki, a German of Polish descent, explained that, because Taiwan does not have a long football culture underpinning the sport, it is difficult to commercialize football. In the future, the development of football must rely on the efforts of many people thinking about how to more actively market football and enliven the sport, thereby attracting more spectators who will connect with teams.

Mauricio Cortes from Colombia said that Taiwan's football games always lack spectators, and that, most of the time, players are the only ones at the games. However, football is not just a competition; food, activities, and music at games will attract more Taiwanese to football. It is also possible that more Taiwanese will become loyal fans of the teams. These seemingly frivolous aspects of the sport are actually football culture built step-by-step from the most basic grassroots effort.

Equal rights of Taiwanese migrant workers in football development

Taiwan has attracted migrant workers from Southeast Asia since 1998. By the end of 2019, there were about 720,000 migrant workers in Taiwan, not including nearly 50,000 undocumented migrant workers. Among them, nearly half the male migrant workers toil in factories, fishing boats, construction sites, farms, slaughterhouses, and other positions in which Taiwanese are less willing to work. There are also many migrant workers who, having left their hometowns, face great work pressure due to language barriers and cultural differences, and who are injured, maimed and killed in work disasters at an average rate 2.6 times higher than Taiwanese workers.

Although measures to protect migrant workers in Taiwan have improved gradually in recent years, the relevant labor rights system still has many shortcomings, and discrimination and prejudice against Southeastern migrant workers in Taiwanese society must be remedied.

Taiwan's earliest migrant workers football team was established in the south-central part of the country, where Thai-born migrant workers first formed football teams and league organizations. In 2014, more than 20 Indonesian football teams jointly established the league TISL. In 2015, GWO, a nongovernmental organization that provides native language services for migrant workers, discovered that Indonesian, Vietnamese, and Thai migrant workers in Taiwan had organized more than 50 football teams. After learning of migrant workers' difficulties in renting venues, GWO started the "Taiwan Cup", which integrates different nationalities. Through football, GWO hopes to improve the discrimination faced by migrant workers in using public spaces in Taiwan and provide diverse leisure activities for migrant workers.

Since football is not popular in Taiwan, there are relatively few football sports venues, and these venues' rental costs are relatively high. Moreover, the leasing process is complicated, with on-site management details and other application steps conducted in Chinese. The barriers of cost and language are challenges for migrant workers, who struggle to consistently access and use football fields. When playing football in some public spaces, migrant workers face negative public stereotypes and exclusion; some players are even driven away.

The 2015 Taiwan Cup enabled Indonesian, Vietnamese, and Thai migrant workers to cross national boundaries and engage in football exchanges and competitions. In addition, this competition invited foreign white-collar teams in Taiwan to compete, and so broke the long-standing class boundary between blue-collar and white-collar workers. One after another, white-collar football teams began to accept blue-collar migrant workers. Taiwanese society has also begun to pay attention to the difficulties that foreign migrant workers face in using public spaces and to these workers' labor conditions and rights more generally.

The process of organizing football teams for Vietnamese, Indonesian and Thai migrant workers in Taiwan accelerated in 2016. Vietnamese people, in the names of their home provinces, were particularly quick to establish football teams, organizations, and leagues. Vietnamese people even established organizations based on ones from their hometowns that provide additional services to the Vietnamese migrant worker community. We also found that migrant workers who had national qualifications or professional football team experience in Indonesia and Vietnam chose to work in Taiwan because they can participate in football matches in Taiwan.

In July 2018, with FIFA's World Cup trending, GWO strived to allow the migrant workers' football teams to participate in "FIFA Championship Broadcast Night", a football exhibition match held in front of the presidential palace at Ketagalan Boulevard. Japanese, Indonesian, and Vietnamese football teams in Taiwan, along with united teams, played five-a-side friendly matches that introduced immigrant football to a broader Taiwanese society.

In September, the New Taipei City migrant workers' preliminaries, which were held at the New Taipei Xinzhuang Football Stadium, had a record 26 teams of migrant worker football teams participate. The preliminaries were a grand event for amateur football in Taiwan. In November, the Taiwan Cup invited the mid-south Taiwan migrant workers' soccer team to compete in the north. At the same time, the Erics Sports channel broadcast the first Taiwanese foreign amateur football game, which not only encouraged more migrant workers to join the football team, but also made migrant workers' football more visible to Taiwanese people.

The 2019 Taiwan Cup emphasized "football as a great uniting force, a universal language we speak, and a common culture we share". The spirit of the whole activity was simple: people, regardless of nationality, class, age, and gender, can pursue their dreams equally on Taiwan's soil. Access to the finals was provided free of charge by the Taipei Municipal Sports Bureau and Taipei Municipal Stadium, formerly the Universiade venue. At the time, many migrant workers who loved football were able to step into the Taipei Municipal Stadium and feel especially honored.

In January 2019, there were more than 100 football teams composed of foreign migrant workers in Taiwan. To effectively assist immigrants in using venues and to help these immigrants overcome other logistical difficulties, GWO rallied Indonesian, Vietnamese, and Thai football leagues in Taiwan and formed the Taiwan Immigrants Football League (TIFL). TIFL's top priority is to locate venues for migrant workers' football and strive to make these venues accessible, so that Indonesian, Vietnamese, and Thai migrant workers' football leagues can play regularly. In turn, migrant workers' football teams learn to manage themselves independently and follow regulations for using and maintaining the field.

TIFL is committed to integrating the resources of football-loving migrant workers from different countries, managing the Taiwan Cup games, hosting games with Taiwan football teams, training multi-lingual referees, and providing basic courses on sports injury protection. In this way, TIFL has become a new force in the development of football in Taiwan. The organization enhances the migrant workers' football skills and professional knowledge and promotes these workers' efforts to develop grassroots football in Taiwan, so they become the driving force behind Taiwan's football.

Due to TIFL's insufficient funding and the league's urgent need for referees, GWO organized the "Football Referees Multilingual Training Camp" with CTFA's assistance. The CTFA International Referee Group conducts professional lectures and guides senior migrant workers to conduct internal referee training, so that these referees are qualified to serve as professional referees for TIFL joint league games. International referees help senior players in classes, so that experienced migrant-worker players have steady opportunities to improve their ability. Training players to have the ability to ref for games also solves the problem of referee fees for teams that could not pay for a referee. Training is conducted in Chinese, so the latest football rules are translated in advance into English, Indonesian, Vietnamese, and Thai. At the same time. There is an interpreter during the class so that trainers and trainees can communicate clearly.

Its success notwithstanding, the Taiwan Cup has faced financial problems and considerable pressure to maintain order at the games. Due to the Cup's difficulty in locating fundraising and funding sources, training migrant worker players to have the knowledge on compliance with Taiwan football venues' regulation becomes inevitable. After years of hard work, GWO has translated many public football venues' regulations and field specifications into English, Indonesian, Vietnamese and Thai. However, GWO continues to educate and remind new players and audiences on these regulations from time to time, which is not an easy task for GWO. In addition, before games, GWO holds team leader meetings to translate venue rules, game rules, and FIFA football rules, as well as athlete oaths, into English, Indonesian, Vietnamese, and Thai, so that each team leader can sign and comply.

Football is not a trend in Taiwanese society. This fact, coupled with the general negative impression of Southeast Asia and migrant workers, means that, if the players or their audience are out of order, then football teams may struggle to secure funding and venues.

Many countries in Southeast Asia rank ahead of Taiwan in terms of their football world rankings. Immigrants' enthusiasm for football in Taiwan promises to change the country's perspective on migrant workers and encourages the public to recognize and treat migrant workers of different nationalities as equals. GWO strives to break the class division between blue- white-collar workers and promote the equal rights of multinational workers in Taiwan's public space; at the same time, the organization promotes exchanges with Taiwanese society and grassroots football culture.

野地球生

台灣移民工足球紀事

149

Liang Victor

Witness the development of football by foreigners in Taiwan

● Director of TIFL Southern League/Head of T2 Southern League

nationality: Canada

Victor, 55 years old, is currently the Director of TIFL Southern Conference, including its games, and he participates in the Football Team for the Elderly. Victor also serves as a coach at Kaohsiung American School.

Victor is of Taiwanese origin and immigrated to Canada with his family in his childhood. Football was a pastime that settled his rebellious adolescence. As an adult, he returned to work in Taiwan and joined the football world. From organizing football teams and challenging amateur games, he further witnessed the development of foreigners' football in Taiwan since the 1980s. In addition to playing football regularly in his fifties, he recruits his many colleagues in the football world for matches that unite football fans of different nationalities.

Robert Iwanicki

The challenge of integrating foreign and Taiwanese players

● Coach of Taiwan U-14 team / former head coach of Royal Blues and Taipei Red Lions

nationality: Germany

In the 1980s, Robert was sent from Germany to Taiwan as a smartphone and IT engineer, but he stuck around Taiwan because of its football scene. Originally, he organized a team to participate in the TFPL, and now he is the coach of Taiwan's U14 to U15 team.

Born in Europe, where football culture is pervasive, Robert's experiences growing up have critically affected his enthusiasm for and persistence in football. He is quite accustomed to life in Taiwan and wants to promote his beloved football culture in this country. He continues to train football talents and publishes foreign coaching publications to advance professional football. He is also responsible for rebuilding the currently suspended Royal Blues, hoping that the team will regain its popularity with a more localized new look.

台灣移民工足球紀事

Mauricio Cortes

Build an international private football club

● Taipei Red Lions FC

nationality: Colombia

Based on work factors, Mauricio came to Taiwan to study for a Master's degree in management at Taipei University. Since that time, he has obtained a Republic of China ID and become, in a sense, a real Taiwanese. He speaks Chinese quite fluently, and he also started his own business and operated a company. He brought his passion for football from his home country and was active in joining the sport here; his involvement combined with his expertise led him to establish the Taipei Red Lions FC and obtain AFC's C-level coaching license.

Mauricio pointed out that the spectator stands in Taiwan are always empty, although the fields are busy with players challenging the ball. In fact, football is not just a game but a spectacle: if matches offer more food, activities, and music, then more Taiwanese will fall in love with football.

Robert Wilson

Persist in returning to the court from grassroots football spirit

● Leader of Taichung Savages FC

nationality: Vnites Kiuigdom

Robert is a foreign language teacher at a private school in Taiwan. On a holiday, he founded the Taichung Savages FC, for whom he played as a striker. From Britain—considered the birthplace of modern football—Robert is quite passionate about football. Indeed, his fondness for the sport seems unrestrained by reason. Following a dispute with the opposing team, Robert's team once incited a group fight during a game. The team was expelled from the league and barred from using the venue; as the team could not practice, it disbanded. Robert learned his lesson, however, and he persevered for a chance to return to the football field.

"This is the tenacity of grassroots football, " he insisted. "As long as you really have enthusiasm, you will always have the opportunity to return to the football field!"

野地球生

台灣移民工足球紀事

153

Oliver Harley

Distance to dream-a freelance player's struggle

● Head coach of Inter Taoyuan

nationality: Amalga, USA

Oliver Harley came to Taiwan in 2001, where, despite setbacks and missed opportunities, he sought to play football at the professional level. He continued to pursue professional opportunities, and he regarded himself as a freelance football player who forges forward alone. Oliver, for all his bravado, was frustrated by the long wait time between openings for play. Nevertheless, he continues to work hard in the spirit of not giving up.

After traveling the world to pursue his dream of becoming a professional football player, Oliver had to relinquish this dream. However, he has chosen to live a stable life in Taiwan and become a football coach, so that he can continue sharing his passion for football with young talents.

もり ひろゆき／*Mori Hiroyuki*

Discover Taiwan's new and diverse football style

● Publicist of JFC-TAIPEI 公關

nationality: Japan

Mori, who came to Taiwan in 2002 for a company assignment, had long been a fan of football in Japan. Ahead of his arrival in Taiwan, he made locating football venues and teams a priority. After landing, he joined the JFC, which consists mainly of Japanese members. The team speaks Japanese; meanwhile, other foreign teams—counting among their ranks players from Europe, the United States, South Africa, and Taiwan—communicate in English.

Unlike in Japan, where he played with people of the same nationality, Mori's experience of playing football in Taiwan is a thrilling and moving form of cultural exchange: here, he plays football with teams whose members are of different nationalities and ethnic groups, and whose style of play is diverse.

野地球生

台灣移民工足球紀事

155

Ebrima Njie

Discover the oasis of exclusive football in Taiwan

● Representative players of Gambia United, Inter Taoyuan players

nationality: Gambia

In 2007, Ebrima came to Taiwan as a university exchange student from Banjul, the capital of Gambia. He obtained a Master's degree in 2014 and, after graduating, stayed in Taiwan to work as a computer engineer and English teacher. Since then, he has obtained permanent residency. A passionate footballer in his spare time, he is a forward player for Inter Taoyuan and for the Gambia United team organized in Taiwan. Here, he has found his own football oasis.

Gambia United's biggest struggles are logistical: it is difficult to locate and contact players scattered in the south or north of Taiwan, and then to set practice times. Nevertheless, this Gambian football team links its members to their homeland, and this link is vital for Gambians after Taiwan ended official diplomatic relations with Gambia in 2013.

Muhammad Al Furqon Soleh

Pioneer of immigration football that bridges the difference between blue-collar and white-collar classes

nationality: Indonesia

Muhammad, from Indonesia, once represented Taiwan's migrant workers in the football world. He worked in South Korea, Japan, and Taiwan for 21 years; he moved to Taiwan with his Japanese boss and started playing football. His many years of working abroad have made it easy for him to enter Taiwanese white-collar class—that is, exclusive—football activities. He showed initiative in seeking resources from Taiwanese to find opportunities for Indonesian workers in football fields and matches, and he further promoted football's development among migrant workers in Taiwan, Indonesia, Vietnam and Thailand, as well as promoted football exchanges between migrant workers and white-collar workers.

In the summer of 2019, Muhammad returned to Indonesia, his homeland, after many years abroad. Currently, in addition to his professional catering work, he is active in helping his community organize football activities.

Saptono

Witness the development of the Indonesian Football League in Taiwan

● TISL Referee

nationality: Indonesia

Saptono studied and trained at a football school when he was in Indonesia, which was the basis of his love for football. In 2001, he came to work in southern Taiwan. He first joined a football team of Thai workers, and later found many football-loving Indonesian partners with whom he founded a team. In 2012, he hosted the first Indonesian football friendly match in Taiwan. In 2014, he formally established TISL to host the entire Indonesian football league in North, Central and South Taiwan.

Saptono became a foreign spouse of a Taiwanese citizen in 2020 and settled in Taiwan. In recent years, he has worked hard to transition from being a football player to a football referee. He believes that standing on the court and conducting the game in a professional, fair, and unbiased manner is an interesting challenge. He points out that football can accompany migrant workers to new countries, so that strangers from the same homeland can gather to relieve nostalgia and support each other, further inspiring themselves to continue their struggle.

พเนตร. ผ่องใส / *PHANET、PHONGSAI*

Witness the development of the Thai Football League in Taiwan

● Leader of Taoyuan Li-Ching FC

nationality: Thailand

野地球生

台灣移民工足球紀事

159

Taiwan first opened to the migrant workforce in 1998, when PHANET had just graduated from college. A Thai agency told him that he could play football in Taiwan, so he decided to work in Taiwan. Because he worried that he could not buy good football shoes in Taiwan, he came to Taiwan with no luggage except for a pair of football shoes. Taiwan's immigration agents wondered: Are you here to work, make money, or play football?

He has married and started a family in Taiwan, and he has managed a factory employing migrant workers. Over the years, he has organized a football team of Thai laborers. He is eager to use football to guide his young compatriots in foreign countries away from the temptations of drugs, gambling, and alcohol. Rather, his love of football inspires expatriates to work and live well in Taiwan, and, ultimately, to return to their motherland and realize their dreams.

อาทิตย์ บวกไธสง / *Artit Buaktuaisong*

Training and promoters of Thai football in Taiwan

● Coach of Taoyuan Li-Ching FC

nationality: Thailand

When Artit first came to Taiwan to work in 2006 after graduating from university, he teamed up with other Thai migrant workers to participate in five-a-side football matches. In 2017, he came to Taiwan to work again under the deliberate arrangement of a Thai agency. This time, in addition to his work, he was required to coach Li Ching FC, a Thai football club in Taiwan.

Besides being able to participate in large leagues and cups, current migrant workers in Taiwan can hold various amateur competitions in different venues, and their teams are larger in scale compared to the past. Artit can now play with many teams from diverse countries—an entirely different experience from playing in Thailand, or from when he first came to Taiwan. He can't help but envy the current players' richer football experience.

จิระวัฒน์ แดงเกลี้ยง / *Jirawat Daeugkliang*

Professional players switch to Taiwan's migrant workers football

● Li-Ching FC, Inter Taoyuan foreign players

nationality: Thailand

Jirawat, who studied at the Mathematics Department of Si Sa Ket Normal University, was suspended in 2018. A teacher found him a working position in New Taipei City, Taiwan. Jirawat, now in his early twenties, has been a member of his schools' football teams from elementary school to university. During university he played for the strong Si Sa Ket five-a-side football club, and he also participated in a professional, five-a-side football league in Thailand.

Jirawat was arranged to work in Taiwan so that he could play for Li Ching FC while developing Thai football talent. In just over a year, Jirawat, under the coach's guidance, recruited Inter Taoyuan's Asian foreign players, launching an intense professional football challenge for the career of migrant workers.

野地球生

台灣移民工足球紀事

161

Hoang Trong Hien

The Burning football enthusiasm

● Captain of Chao 37 FC (2015 ～ 2018)

nationality: Vietnam

Hoa ̀ng, from Vietnam's so-called football capital, Tỉnh Nghệ An, never expected an injury to interrupt his football career with the Vietnamese national team; however, he found a God-given opportunity to restart his football career while working in Taiwan.

In 2016, due to the provisions of Taiwan's acts and regulations, as well as high agency fees, Hoa ̀ng was forced to become an unlicensed migrant worker. So began his dangerous and tense work experience in Taiwan. In those hard and uneasy days, participating in the migrant workers football match brought him great hope and the courage to struggle. In early 2019, he was arrested by the Taiwan Immigration Police and deported to Vietnam. However, the memory of his efforts in the Taiwan Cup have inspired him to enact his love of football on the field.

Tran Van Tu

football across nationalities and classes

● Captain of Taipei Hải Dương FC

nationality: Vietnam

In 2008, Chen Wenhsiu, born in the countryside of Tỉnh Hải Dương, came to work in Taiwan in his twenties to earn money and realize his entrepreneurial dream of opening a photography shop. A group of young Vietnamese immigrants who loved football would meet on the court to "date" football on holidays, and they enjoyed the joy of playing football in the school's small open spaces.

After returning to his hometown, he opened his shop; also, he married and had children. But when his business faltered, he returned, with his wife and children, to work in Taiwan. He worried about missing family time during holidays—the only days when his football team could practice or play. However, his wife encouraged him: by pursuing his dreams with like-minded friends in a foreign country, he would make wonderful memories to last a lifetime.

Nguyen Nhan Tai

Worked in Taiwan because of football

● Captain of Chao 37 FC

nationality: Vietnam

Juan Rentsai, a member of the football team from Tỉnh Nghệ An, Vietnam, was unable to play in 2013 due to a serious injury he sustained in game. He has loved football since he was a child, and he has reached the top in the provincial training system. After being injured, he felt his world had practically collapsed. A few years later, through friends, he learned about migrant workers' football games in Taiwan, which attracted him to work in this country.

One's birth depends on one's parents, but one's survival in society depends on one's friends. Although migrant workers in Taiwan lead hard lives, they have friends from the same country who play football and enjoy each other's company. He was elated to have had the opportunily to work in a country with migrant workers' football games. He hopes that more Taiwanese will understand the enthusiasm of the Vietnamese for football, and he is committed to the development of football in Taiwan.

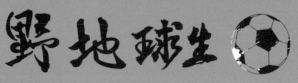

MEMBUMIKAN SEPAK BOLA DI TANAH FORMOSA

(Euforia Pekerja Migran di Lapangan Hijau)

Indonesia

Bahasa Indonesia

Masa Depan Perpaduan Pekerja Migran dan Sepak Bola Taiwan

Chiou, I-Jen/ Direktur CTFA

Sepak bola adalah olahraga yang paling digemari di dunia. Partisipasi dan antusias masyarakat dalam sepak bola menjadi pendorong utama popularitas tim nasional sepak bola. Dalam beberapa tahun terakhir, sepak bola Taiwan berkembang secara signifikan, tak terkecuali kegiatan sepak bola pada kalangan anak, remaja dan wanita. Sisi lain yang patut diperhatikan adalah warga negara asing di Taiwan, terutama pekerja migran kerah biru dari Asia Tenggara, yang telah membawa gelora semangat sepak bola dari negara asal mereka.

Bekerja lintas negara pada pekerja migran kerah biru menjadi pembahasan pokok di Asia terkait dengan hak asasi, kehidupan sosial dan perdagangan. Sepak bola dapat berperan sebagai penurun stres akibat tekanan kerja, rindu akan kampung halaman dan wujud realisasi diri bagi para pekerja migran di Taiwan. Masyarakat Taiwan melalui sepak bola menjadi semakin mengenal pekerja migran dan kebudayaan negara lain, hal ini bermakna positif untuk meningkatkan kesetaraan sosial dan mengurangi stereotip terhadap pekerja migran.

Taiwan merupakan wujud kehidupan sosial penduduk imigran. Tim sepak bola pertama Taiwan terbentuk dari gabungan orang Inggris pada masa penjajahan Jepang. Tim sepak bola Taiwan juga sempat terbentuk dari komunitas imigran Hongkong yang dinamai dengan "Chinese Taipei National Football Team", dan berhasil mencetak rekor cemerlang dalam prestasi sepak bola di Asia. Saat ini, perkembangan pesat sepak bola pekerja migran juga telah meningkatkan rasa antusias dan interaksi budaya yang kompetitif.

Dasar yang solid akan meningkatkan daya saing sepak bola Taiwan secara keseluruhan. Oleh karena itu, dalam beberapa tahun ini, CTFA selalu bekerja keras demi mendorong perkembangan sepak bola di Taiwan. Selain berhasil meraih penghargaan AFC selama dua kali berturut-turut pada tahun 2019, partisipasinya terhadap kompetisi sepak bola pekerja migran Taiwan Cup yang diadakan oleh organisasi masyarakat juga mendapatkan dukungan dari Konfederasi Sepak Bola Asia (AFC) pada tahun 2020. Ini merupakan pertama kalinya organisasi sepak bola internasional menjalin kerjasama dengan organisasi masyarakat Taiwan, memberikan sponsor dan pengakuan terhadap kegiatan sepak bola yang diadakan di Taiwan. Berharap melalui hubungan antara komunitas sepak bola pekerja migran dan masyarakat lokal, secara bersamaan mampu memperkaya akar budaya dan semangat membangun sepak bola di Taiwan.

Harapan Menghilangkan Stereotip melalui Sepak Bola

DATO' WINDSOR JOHN
Asian Football Confederation, General Secretary

Saya merasa senang bahwa Asian Football Confederation (AFC) dapat mendukung Global Workers' Organization (GWO) di Taiwan dengan inisiatif penerbitan bukunya berjudul "Freekick in the Wild Field".

Sejak Januari 2016, sejalan dengan visi dan misi "Peran sepakbola bagi perkembangan sosial", merupakan salah satu kegiatan inti yang kami soroti selama empat tahun ke depan.

Peluncuran AFC Dream Asia Foundation dalam kurun waktu 3 tahun, telah mendukung lebih dari 30 proyek melalui 22 anggota asosiasi berbeda. Kami sangat bangga dengan pencapaiannya yang luar biasa.

Pada tahun 2020, ini pertama kalinya kami berkesempatan mendukung proyek sosial di Taiwan, yang dirasa akan bermanfaat bagi banyak pekerja migran dari Asia, sekaligus diharap melalui sepak bola mampu mengobati rasa rindu mereka terhadap kampung halaman.

Proyek ini merangkul 72 ribu sahabat pekerja migran berasal dari Indonesia, Vietnam, Thailand, yang merantau bekerja ke Taiwan demi menghidupi keluarga, agar mereka bisa bersama-sama menikmati keceriaan dalam olah raga.

Buku ini merupakan jejak rekam catatan keberhasilan berbagai proyek GWO yang dimulai sejak tahun 2015. Melalui dukungan dari AFC's Dream Asia Foundation, kami berharap sepak bola mampu berkelanjutan mendobrak segala stereotip yang ada di masyarakat dan semakin berperan penuh dalam perkembangan sosial.

AFC sangat berterima kasih kepada Chinese Taipei Football Association (CTFA) atas kelanjutan dukungannya terhadap kompetisi ini, kami juga berterima kasih kepada semua pihak yang telah mendukung dalam pelaksanaannya sekaligus berperan dalam penyusunan buku ini sebagai apresiasi atas keberhasilannya.

野地球生

台灣移民工足球紀事

171

Ikatan Persahabatan

(Antusiasme Sepak Bola Pekerja Migran)

Hsu, Jui-hsi (Karen Hsu) ╱ Pendiri GWO, Taiwan

Tahun 2015, masih jelas teringat ketika saya tidak sengaja melihat tim sepak bola pekerja migran Indonesia di Taiwan, dengan mengenakan jersey lengkap, sibuk membagikan brosur di luar Stasiun Taipei (TMS). Brosur itu berisi ajakan menonton pertandingan sepak bola. Bagi saya yang sudah lama menekuni profesi jurnalis, otomatis terbalut rasa ingin tahu untuk bertanya. Sejak saat itu, GWO mulai terjalin hubungan akrab dengan komunitas sepak bola pekerja migran di Taiwan.

Tahun 2015, dalam kondisi tak ada dana, mampu terlaksana ajang pertandingan sepak bola pekerja migran Taiwan Cup tak lain karena dukungan penuh dari para sahabat pekerja migran. Seperti halnya komunitas tari pekerja migran Vietnam, yang kerap kali berlatih tari di kantor GWO pada hari Minggu, seketika mendengar kecemasan GWO terhadap persiapan acara pertandingan sepak bola ini, mereka secara sukarela mengulurkan bantuan mulai dari persiapan lokasi, pemeriksaan data peserta, arahan, kebersihan lokasi, dan lain-lain.

Meskipun akhir pertandingan ada menang dan kalah, justru dari sinilah mulai terjalin hubungan pertemanan antara pekerja migran dari berbagai negara. Dinding pembatas antar pekerja migran kerah putih dan kerah biru, perbedaan kebangsaan dan ras, jarak antara orang asing dan masyarakat lokal pun mulai memudar.

Pada tahun 2015, ajang pertandingan sepak bola Taiwan Cup diliput oleh berbagai media Taiwan, Indonesia dan Vietnam. Aktivitas sepak bola pekerja migran mulai terlihat oleh masyarakat Taiwan, inilah awal baru bagi perkembangan komunitas sepak bola pekerja migran.

Tahun 2017, karena kondisi kesulitan finansial hampir saja membawa GWO pada ambang akhir karier. Saat itu kami juga tidak mengadakan Taiwan Cup. Namun, banyak sahabat pekerja migran yang bertanya melalui media sosial Facebook, E-mail, dan Line: "Kapan Taiwan Cup akan diadakan tahun ini?"

Selama beberapa tahun, demi mengadakan Taiwan Cup, GWO harus dihadapkan pada tuntutan sahabat pekerja migran, masalah dana dan lapangan. Namun, dukungan dan semangat para pekerja migran di tengah kekhawatiran yang muncul inilah, mendorong kami tetap melanjutkan berbagai kegiatan pertandingan sepak bola.

Pelaksanaan Taiwan Cup pada tahun 2019, memperoleh dukungan dari Pemkot Taipei melalui bentuk penyediaan lokasi pertandingan secara gratis. Namun, lapangan megah yang sekaligus sebagai lokasi pelaksanaan Taipei Universiade ini, justru menimbulkan biaya yang tidak sedikit dalam pengadaannya. Akibat beban pikiran, saat itu saya sering susah tidur. Saya bersama rekan kerja saya hanya mampu berdoa demi kelancaran pelaksanaan. Tanpa diduga, kami berhasil menggalang dana yang kebetulan cukup dipakai untuk menutup biaya pelaksanaan.

Keputusan untuk tetap melanjutkan kegiatan ini, juga tak luput dari semangat yang dibawa oleh almarhum sahabat kami A-Huang, pekerja migran Vietnam sekaligus ketua tim Hai Duong FC. Pengadaan Taiwan Cup 2019, juga sekaligus didedikasikan untuk mengenang kepergiannya yang mendadak terjadi beberapa bulan sebelum acara berlangsung.

Berbagai bentuk layanan baru GWO terutama bermula dari dorongan hati, terlebih ketika datang dari permohonan para pekerja migrant sendiri. GWO selalu memegang prinsip keyakinan bahwa teman-teman pekerja migran setara dengan orang Taiwan. Kami juga selalu mengajak partisipasi sahabat pekerja migran dalam perencanaan, pembagian tugas dan pelaksanaan, bersama-sama berjuang demi kesuksesan berbagai kegiatan yang diadakan.

Pada akhir 2019, saya meletakkan jabatan sebagai direktur setelah menduduki selama 6 tahun. Selama beberapa tahun ini, GWO selalu berusaha keras dalam usaha peminjaman lapangan dan mengatur kegiatan sepak bola, agar bisa diikuti oleh para pekerja migran yang hanya libur pada hari Minggu. Tak sedikit di tengah teriknya cuaca cerah hari Minggu, saya lewati dengan mengikuti kegiatan pertandingan sepak bola pekerja migrant di penjuru Taiwan, seperti halnya pemain bola yang dibasahi kucuran keringat semangat dalam mengejar impian.

Ikatan persahabatan pekerja migran dari berbagai negara, mampu menyuburkan tandusnya apresiasi sepak bola di Taiwan melalui semangat mengejar impian dan interaksi budaya. Saya ingin mendedikasikan buku ini untuk semua warga asing yang telah berjuang keras di Taiwan:

Sekalipun berada di tanah tandus dan alam liar, dengan berbekal semangat pantang menyerah, impianmu akan tetap berkembang leluasa!

野地球生

台灣移民工足球紀事

Kisah Perjalanan Sepak Bola Pekerja Migran di Taiwan

Artikel/ Shi, Yuan-wen ; Zhang Kai-wei

Sama halnya bola kasti dan bola basket, sepak bola di Taiwan adalah olahraga yang awalnya dibawa dan diperkenalkan oleh penduduk imigran. Penduduk imigran berkait erat dengan sejarah perkembangan sepak bola di Taiwan dan warga asing yang datang ke Taiwan.

Pada masa tahun 1949-1970, pemain tim sepak bola Taiwan mayoritas berasal dari penduduk imigran asal Hong Kong yang tinggal sejak masa pendudukan Jepang, warga pendatang dan orang Hong Kong yang datang dari beberapa provinsi di Cina, serta digabungkan dengan pemain dari Hong Kong yang direkrut langsung oleh pemerintah. Hingga akhirnya tim nasional dengan mengusung nama "Chinese Taipei National Football Team", yang mayoritas pemainnya adalah penduduk imigran asal Hong Kong, tidak sedikit mencetak rekor cemerlang dalam prestasi sepak bola pada masa itu.

Pada tahun 1970-an, sejak Taiwan mengundurkan diri dari PBB, tidak hanya prestasi dalam ajang pertandingan internasional menurun, perkembangan kondisi pertandingan sepak bola tingkat nasional juga terhambat. Taiwan bisa dikatakan "lapangan tandus" untuk dunia sepak bola. Pada masa tahun 1970-an, sepak bola Taiwan bergantung dan diambil alih sepenuhnya oleh pemerintah, sehingga tim sepak bola di komunitas sosial tidak begitu populer. Sebagian besar tim sepak bola diambil alih oleh perusahaan BUMN dan badan militer.

Dimulainya sistem demokrasi di Taiwan sejak tahun 1986, tuntutan perkembangan ekonomi yang pesat mengundang semakin banyak orang asing datang ke Taiwan. Mereka dari negara asalnya membawa antusiasme sepak bola ke Taiwan. Melalui semangat ini, mereka menjadikan sepak bola sebagai hiburan utama dan sebagai media interaksi dengan masyarakat Taiwan, secara tidak langsung telah mendorong apresiasi sepak bola di Taiwan.

Bertema utama perkembangan sepak bola pekerja migran di Taiwan, menyajikan kisah lebih berwarna tentang perkembangan sepak bola. Melalui wawancara dari berbagai kisah pemain sepak bola warga asing di Taiwan, mampu menjelajahi reaksi hubungan mereka dengan masyarakat Taiwan, serta bagaimana usaha mereka dalam mengembangkan sisi yang berbeda dari sepak bola.

Pada tahun1980-an, pekerja migran yang diutamakan bekerja ke Taiwan adalah pekerja migran kerah putih pada bidang industri. Tahun 1998, Taiwan dihadapkan pada kurangnya tenaga kerja, sehingga perlu mendatangkan pekerja kerah biru dari Asia Tenggara. Bila keduanya dibandingkan, pekerja migran kerah putih sebagian besar berasal dari negara dengan bidang industri lebih maju, tingkat pendidikan lebih tinggi (sehingga berkesempatan dikirim ke luar negeri), gaji tinggi, dan lebih sedikit menerima batasan dari peraturan Taiwan. Sedangkan pekerja migran kerah biru asal Asia Tenggara seperti Thailand, Indonesia, Vietnam, Filipina mendapat label sebagai negara dengan situasi ekonomi, pendidikan, dan politik yang tertinggal. Tingkat pendidikan dan gaji lebih rendah, menerima banyak batasan dari peraturan Taiwan, bahkan dilarang berganti majikan secara bebas.

Pekerja migran kerah putih asal Eropa, Amerika, dan Jepang selalu memiliki kesan lebih unggul di mata masyarakat Taiwan. Sedangkan kesan terhadap pekerja migran kerah biru yang mayoritas berasal dari negara Asia Tenggara dengan label negara tertinggal dan rela mengerjakan pekerjaan 3K (keras, kotor, rawan kecelakaan), sering menerima perlakuan diskriminasi. Adanya perbedaan pandangan ini, membawa masalah yang sama pada perkembangan sepak bola pekerja migran di Taiwan.

Bagi pekerja migran kerah putih dan kerah biru sering menghadapi kesulitan sama dalam hal penyewaan lapangan. Selain dikarenakan keterbatasan jumlah lapangan sepak bola di Taiwan, prosedur sewanya rumit dan mayoritas bertuliskan huruf mandarin.

Selain itu, banyak batasan dalam pemakaian lokasi yang harus dipatuhi. Secara umum, biaya sewa lapangan sepak bola tidak murah, berkisar antara NTD 4000-10000, tidak termasuk biaya sewa perlengkapan (seperti gawang, papan nilai, dll), biaya lain dan uang deposit berkisar puluhan ribu. Hal ini dirasa membebani bagi mayoritas pekerja migran kerah biru dengan penghasilan mereka yang tidak terlalu tinggi.

Selain itu, tidak sedikit proses peminjaman lapangan yang memakai aplikasi otomatis dengan sistem periode tahunan atau berkala. Warga asing sering terlambat mendapatkan informasi, sehingga sering melewatkan kesempatan. Oleh karenanya, mereka harus bergabung dalam suatu pertandingan liga atau turnamen lainnya.

Selain itu, diskriminasi karena ras, pekerjaan, bahasa dan budaya membuat sumber daya dan lapangan sepak bola semakin terbatas. Pertandingan sepak bola pekerja migran seringkali hanya bisa dilaksanakan di lapangan daerah terpencil, kondisi lahan dan rumput buruk, ditambah lagi beban biaya sewa yang tinggi. Jika pertandingan dilaksanakan di lokasi publik (sekolah, taman, area terbuka), seringkali dipersulit bahkan tidak diberi izin.

Sepak bola Taiwan saat ini belum mampu menarik banyak penggemar, sehingga sulit untuk dikomersialkan dan tim sepak bola sering dihadapkan masalah finansial. Seperti halnya tim sepak bola pekerja migran kerah putih yang sering berlatih, ikut pertandingan jenjang lebih tinggi, membutuhkan sumber dana yang lebih besar. Selain pemain dikenai uang pendaftaran, mereka perlu mencari sponsor agar tim bisa bertahan.

Sedangkan pekerja migran kerah biru yang kesehariannya padat dengan jadwal kerja, waktu libur yang kurang bebas dan tidak pasti, membuat mereka tidak memiliki banyak kesempatan untuk ikut serta dalam berbagai pertandingan sepak bola. Terlebih lagi tidak punya banyak waktu berlatih dan bertanding di ajang yang lebih tinggi, keadaan ini membuat mereka susah untuk mendapatkan sponsor.

Kuatnya akar budaya sepak bola pekerja migran mampu menjadi sumber pendorong baru bagi perkembangan budaya sepakbola di Taiwan. Tahun 2020, GWO melalui kegiatan sepak bola pekerja migran di Taiwan berhasil memperoleh dukungan dari AFC (Asian Football Confederation). Ini adalah pertama kalinya AFC memberikan sponsor pada NGO Taiwan terkait dengan usaha meningkatkan peran sepak bola dalam ragam kehidupan sosial, serta sebagai saksi upaya sepak bola pekerja migran berintegrasi dalam perkembangan sepak bola di Taiwan.

Pandangan Warga Asing terhadap Sepak Bola Taiwan

Artikel/ Shi, Yuan-wen

Narasumber wawancara pada buku ini awalnya datang ke Taiwan untuk bekerja. Berbekal semangat dan kegigihan sepak bola dari negara asal mereka, mereka tak hanya bermain sepak bola, bahkan membentuk tim dan berkecimpung dalam kesatuan sepak bola Taiwan. Taiwan yang awalnya dianggap sebagai "lapangan tandus" untuk sepak bola, ternyata disini dapat ditemukan pengalaman baru melalui berbagai pertandingan sepak bola dan interaksi budaya antara pekerja migran dari berbagai negara. Dengan ini diharapkan mampu mengembangkan potensi olahraga sepak bola di Taiwan.

Narasumber dalam buku ini berpikiran sama bahwa potensi sepak bola di Taiwan mulai menunjukkan perkembangan dalam mendorong atmosfer sepak bola secara keseluruhan. Mereka juga menekankan, untuk mengembangkan sepak bola di Taiwan, tak hanya fokus pada potensi fisik atau keterampilan para pemain, justru kuncinya terletak pada pembangunan karakter budaya olahraga sepak bola yang berasal dari generasi muda sepak bola.

Oliver, warga Kanada keturunan Jamaika, sekaligus pelatih Inter Taoyuan, menekankan bahwa pembentukan karakter budaya olahraga merupakan fondasi terpenting. Mayoritas masyarakat

野地球生

台灣移民工足球紀事

181

Taiwan berpikir bahwa olahraga (termasuk sepak bola) hanyalah sebuah permainan, tidak menghasilkan uang sehingga tidak tertarik untuk menekuninya. Tapi sesungguhnya sepak bola bisa lebih dari itu.

Robert Iwanicki, warga Jerman keturunan Polandia, mengutarakan bahwa Taiwan tidak memiliki akumulasi jangka panjang dalam membentuk kuatnya budaya sepak bola sebagai suatu fondasi. Saat ini, sepak bola di Taiwan sulit untuk berkembang secara komersial, harus bergantung pada usaha keras di masa mendatang dan berpikir tentang cara pemasaran efektif. Selain itu, bagaimana cara membawa sepak bola dalam kehidupan sosial, agar menarik lebih banyak interaksi antara penonton dan tim pemain.

Mauricio Cortes, warga asal Kolombia, berpikir bahwa pertandingan sepak bola di Taiwan kurang meriah, seakan hanya pemain yang bertarung sendirian diatas lapangan. Sesungguhnya sepak bola bukan sekadar pertandingan, bila berpadu dengan makanan, aktivitas lain, musik, pasti akan menarik masyarakat Taiwan lebih menyukai sepak bola, bahkan menjadi penggemar setia tim. Tampaknya hanya sekedar permainan yang menyenangkan, namun dimulai dari hal kecil mampu membangun akar budaya sepak bola yang kokoh.

Perubahan Sepak Bola Taiwan
di Tangan Generasi Baru

Artikel/ Shi, Yuan-wen

Fang Ching-Jen, Sekjen dari Chinese Taipei Football Association (CTFA) berpendapat bahwa imigran baru merupakan kekuatan baru yang mampu mendorong perkembangan positif sepak bola Taiwan. Hal ini juga terlihat pada perubahan peraturan CTFA-Taiwan Football Premier League. Saat ini, persyaratan hanya membatasi jumlah pemain (warga asing) yang bermain di lapangan, bukan membatasi jumlah pemain (warga asing) yang terdaftar pada tiap tim peserta. Kami berkeyakinan bahwa penambahan pemain (warga asing) dapat membuka kesempatan lebih luas bagi beragam kelompok etnis untuk mengembangkan keahlian mereka dalam sepak bola, serta mampu meningkatkan daya saing pemain profesional asal Taiwan.

Perkembangan sepak bola imigran juga membawa pengaruh semakin dalam pada sepak bola Taiwan. Tidak hanya kalangan tim sepak bola dan pelatih asal warga asing, namun juga keturunan-keturunan penduduk imigran baru di Taiwan. Tak sedikit anggota tim sepak bola sekolah bahkan timnas yunior, berasal dari keluarga imigran baru. Keberadaan para imigran baru merupakan kekuatan yang sangat diperlukan bagi kemajuan masa depan sepak bola Taiwan. Pada saat bersamaan, peran ini diharapkan mampu menumbangkan stereotip yang sering ditujukan pada mereka.

Terkait peran serta liga tim sepak bola amatir terhadap integritas perwujudan interaksi sepak bola antar berbagai bangsa dan kesetaraan sosial, dalam proses penyebaran dan pelaksanaannya dirasa tidaklah mudah.

Dengan keterbatasan personil CTFA saat ini, yang sebagian besar diinvestasikan pada pembinaan tim nasional dan perkembangan liga profesional, dirasa sangat sulit untuk berkontribusi penuh pada koordinasi dan pelaksanaan liga amatir tim sepak bola warga asing di Taiwan. Peran CTFA saat ini yakni mencoba mengenal lebih dekat mereka, meskipun tidak selalu mampu memberikan dukungan secara langsung. Namun, bila mereka berinisiatif membutuhkan bantuan, kami pasti akan berusaha membantu sesuai kapasitas kami.

Arti Kesetaraan dalam Kemajuan
Sepak Bola Pekerja Migran

Taiwan mulai mempekerjakan pekerja asal Asia Tenggara sejak tahun 1998. Pada akhir 2019, terdapat sekitar 720.000 pekerja migran di seluruh Taiwan, belum termasuk 50.000 pekerja migran ilegal. Hampir setengah dari jumlah keseluruhan pekerja migran adalah laki-laki yang bekerja di pabrik, kapal ikan, konstruksi bangunan, pertanian, rumah pemotongan hewan, dan pekerjaan buruh lain yang tidak diminati oleh masyarakat Taiwan. Banyak pekerja migran yang menghadapi tekanan kerja akibat perbedaan bahasa dan budaya. Selain itu, mereka beresiko 2,6 kali lipat lebih tinggi dari pekerja Taiwan, mengalami kecelakaan kerja yang mengakibatkan luka, cacat, hingga meninggal dunia.

Meskipun Taiwan semakin giat dalam usaha perlindungan pekerja migran, namun masih ditemui banyak kekurangan pada peraturan perlindungan hak pekerja migran, diskriminasi terhadap pekerja migran asal Asia Tenggara juga masih muncul di tengah-tengah masyarakat sosial Taiwan.

Sepak bola pekerja migran awalnya dimulai dari wilayah tengah dan selatan Taiwan, paling awal terbentuk adalah tim sepak bola pekerja migran Thailand. Pada tahun 2014, lebih dari 20 tim sepak bola pekerja migran Indonesia mendirikan

野地球生

台灣移民工足球紀事

185

kesatuan yang dinamai TISL.

GWO adalah organisasi yang menyediakan layanan multi bahasa bagi para pekerja migran. Tahun 2015, GWO menemukan bahwa di Taiwan terdapat lebih dari 50 tim sepak bola pekerja migran asal Indonesia, Vietnam, dan Thailand. Mayoritas dari mereka mengalami hal yang sama yakni kesulitan dalam menyewa lapangan. Oleh karena itu, GWO mulai menggabungkan pekerja migran dari berbagai negara dan mengadakan "Taiwan Immigrants Football Competition", melalui kegiatan sepak bola diharapkan mampu mengurangi perilaku diskriminasi terhadap pekerja migran dalam hak penggunaan ruang publik di Taiwan, serta menyediakan lebih banyak kegiatan bagi pekerja migran di hari liburnya.

Sepak bola Taiwan tidak begitu populer, ketersediaan lapangan juga sedikit, biaya sewa yang mahal, ditambah lagi sebagian besar prosedur penyewaan lapangan rumit dan berbahasa mandarin, peraturan pemakaian juga sangat ketat, sehingga sulit bagi pekerja migran untuk meminjam lapangan sepak bola. Apalagi pada pengadaan di beberapa area publik, mereka seringkali dipersulit, dikucilkan, atau bahkan tidak diizinkan menggunakan lokasi, akibat adanya stereotip terhadap pekerja migran yang masih muncul di tengah masyarakat sosial.

Taiwan Cup 2015 mulai membuka lintas batas hubungan persahabatan antar pekerja migran asal Thailand, Indonesia, dan Vietnam, hingga terjalin berbagai pertandingan persahabatan sepak bola antar tim mereka. Pada ajang Taiwan Cup, kami juga mengundang tim sepak bola pekerja migran kerah putih untuk berpartisipasi, melalui kegiatan ini telah merobohkan dinding pembatas status mereka, kami juga melihat tak sedikit pekerja migran kerah biru yang bergabung dengan tim-tim sepakbola pekerja migran kerah putih. Masyarakat Taiwan mulai memperhatikan kesulitan pekerja migran dalam hak penggunaan ruang publik dan kebutuhan hak lainnya.

Mulai tahun 2016, jumlah tim sepak bola pekerja migran asal Vietnam, Indonesia dan Thailand berkembang pesat. Terutama pekerja migran Vietnam, mereka membentuk tim berdasar asal provinsi dan dinamai sesuai nama provinsi asal mereka, membentuk liga, bahkan bergabung dalam wadah asosiasi yang menyediakan layanan informasi bagi komunitas pekerja migran Vietnam di Taiwan. Kami juga menemukan bahwa di antara beberapa pekerja migran asal Indonesia dan Vietnam, adalah pemain sepak bola profesional yang sempat mewakili negaranya. Mereka memilih Taiwan sebagai negara tujuan bekerja, karena mendengar bahwa tersedia kesempatan bermain sepak bola di Taiwan.

Pada bulan Juli 2018, seiring dengan semangat menyambut Piala Dunia, GWO mendapatkan peluang untuk membawa beberapa tim sepak bola pekerja migran mengikuti pertandingan sepak bola persahabatan pada acara "Siaran Langsung Kejuaraan Piala Dunia" di depan istana kepresidenan. Kami membawa perwakilan tim sepak bola pekerja migran asal Jepang, Indonesia, Vietnam dan gabungan berbagai negara, bertanding dengan format futsal sekaligus memperkenalkan sepak bola imigran kepada masyarakat Taiwan.

Pada kegiatan pertandingan sepak bola pekerja migran kota New Taipei di bulan September, tercatat sebanyak 26 tim yang ikut serta dan meramaikan Stadion Xinzhuang, ini termasuk acara besar bagi lingkup pertandingan sepak bola amatir di Taiwan. Terlebih lagi, Taiwan Cup 2018 yang berlangsung pada bulan November, lebih berkonsep nasional dengan menghadirkan perwakilan tim sepak bola pekerja migran dari wilayah utara, tengah dan selatan. Kegiatan ini juga mendapat apresiasi melalui liputan siaran langsung Zhilin Sports Channel, liputan pertama kali terhadap pertandingan sepak bola pekerja migran di Taiwan. Tak hanya mendorong agar lebih banyak pekerja migran untuk bergabung, juga agar lebih banyak masyarakat Taiwan mengenal dunia sepak bola pekerja migran.

Taiwan Cup 2019 menekankan slogan "Kesetaraan dalam Sepak Bola", tanpa mengenal perbedaan negara, kelas sosial, usia, dan jenis kelamin, mamiliki kesempatan setara dalam mengejar impian mereka di Taiwan. Pada kegiatan ini kami berhasil mendapatkan dukungan dari Departemen Olahraga Kota Taipei, berhak melangsungkan pertandingan di Stadium Taipei, lapangan megah sebagai lokasi dilaksanakannya ajang Taipei Universiade. Sebagian besar pekerja migran pecinta sepak bola, mengungkapkan perasaan bangganya bisa menjejakkan kaki dan bertanding di lapangan Stadium Taipei.

Januari 2019, jumlah tim sepak bola pekerja migran di Taiwan telah mencapai lebih dari 100 tim. Agar bisa lebih efektif membantu para pekerja migran dalam urusan penggunaan lapangan dan mengatasi hambatan lainnya, GWO menggabungkan pemain sepak bola pekerja migran asal Indonesia, Vietnam dan Thailand, mengumumkan resmi mendirikan TIFL (Taiwan Immigrants Football League). Prioritas utama TIFL adalah membantu mencari lapangan sepak bola sehingga pertandingan liga sepak bola Indonesia, Vietnam dan Thailand di Taiwan dapat terlaksana lancar. Masing-masing tim juga harus mulai belajar mengelola diri, untuk selalu menerapkan langkah-langkah dan menjaga kebersihan sesuai peraturan syarat penyewaan lapangan.

Tujuan didirikannya TIFL yaitu menggabungkan pemain sepak bola pekerja imigran dari berbagai negara, mengadakan Taiwan Cup, serta mengadakan pertandingan sepak bola persahabatan di Taiwan, mengadakan pelatihan wasit multi bahasa dan pelatihan dasar perlindungan cedera pada olahraga, demi meningkatkan profesionalisme mereka serta mendorong peran serta mereka terhadap perkembangan sepak bola di Taiwan.

Menanggapi keterbatasan dana dan kebutuhan wasit dalam pertandingan yang jumlahnya cukup banyak. GWO dengan bimbingan CTFA mengadakan kelas "Pelatihan Wasit Sepak

Bola Multi Bahasa", yang dilatih langsung oleh tim pengajar divisi wasit internasional CTFA. Pelatihan ini mempersiapkan mental peserta didik untuk memiliki kualifikasi profesional ketika bertugas sebagai wasit TIFL nantinya. Dengan pelatihan berbasis bahasa mandarin, kami sebelumnya mempersiapkan modul materi dalam versi bahasa Inggris, Indonesia, Vietnam, dan Thailand, serta menyiapkan penerjemah saat pelatihan berlangsung, sehingga proses pelatihan berjalan lebih produktif.

Dalam penyelenggaraan Taiwan Cup, selain harus dihadapkan pada masalah pendanaan, aturan penggunaan lapangan juga menjadi suatu beban. Selain sulitnya proses penggalangan dana, sangatlah penting untuk mulai membina pekerja migran mampu bertindak sesuai dengan peraturan penggunaan lapangan di Taiwan. Melalui usaha keras bertahun-tahun, berbagai peraturan penggunaan lapangan yang harus dipatuhi oleh pemain dan penonton sepak bola telah selesai diterjemahkan dalam versi bahasa Inggris, Indonesia, Vietnam dan Thailand. Meskipun demikian, proses pembinaan tetap dilakukan terus-menerus, mengingat banyaknya anggota baru yang bergabung, hal ini sangatlah tidak mudah. Selain itu, kami juga mengadakan rapat dengan masing-masing ketua tim peserta sebelum pertandingan dimulai, untuk membahas beberapa aturan lokasi, aturan pertandingan, aturan FIFA, dan berbagai kesepakatan, yang semuanya itu diterjemahkan dalam berbagai multi bahasa, untuk memudahkan pemahaman dan pelaksanaannya.

Budaya sepak bola dalam masyarakat Taiwan tidak begitu populer, ditambah lagi dengan stereotip masyarakat Taiwan terhadap pekerja migran Asia Tenggara. Apabila terjadi sesuatu pada pemain maupun penonton pada saat pertandingan berlangsung, tentunya akan berpengaruh bagi proses penyewaan lapangan dan pencarian dana untuk kedepannya.

Beberapa negara di Asia Tenggara, memiliki peringkat lebih unggul dalam dunia sepak bola bila dibandingkan dengan Taiwan. Melalui antusiasme para imigran yang berperan serta dalam sepak bola, berharap mampu mengubah cara pandang masyarakat tentang pekerja migran dan memperlakukan mereka dengan setara. Cara GWO mendorong kemajuan sepak bola pekerja migran dengan menggabungkan imigran dari berbagai negara, tidak hanya meruntuhkan dinding pembatas antara pekerja kerah biru dan kerah putih, namun juga telah memajukan kesetaraan hak pekerja migran di Taiwan dalam penggunaan ruang publik, serta meningkatkan interaksi antara masyarakat sosial di Taiwan dengan akar budaya perkembangan sepak bola.

Liang Bao–hua

Saksi Mata Perkembangan Aktivitas Sepak Bola Warga Asing di Taiwan

● Pengarah Urusan Liga Kejuaraan TIFL Wilayah Selatan /

Ketua Pelaksana LigaT2 Divisi Selatan/ Afiliasi Thunderbirds FC

Negara asal : Kanada

Victor(55 tahun) saat ini berperan sebagai pengarah urusan Liga Kejuaraan TIFL Taiwan Immigrants Footbal League (TIFL). Selain aktif terjun dalam pertandingan sepak bola, saat ini dirinya juga menjadi pelatih sepak bola di Kaohsiung American School.

Victor yang notabene berdarah Taiwan, sejak kecil bersama keluarganya berimigrasi ke Kanada. Baginya, sepak bola tidak hanya sekedar olahraga, namun juga berperan penting dalam melewati gejolak masa remajanya. Ketika sekembali ke Taiwan, kecintaannya terhadap sepak bola tidaklah padam, bahkan ia membentuk tim sepak bola dan mengikuti berbagai turnamen sepak bola ajang profesional, sekaligus menjadi saksi mata perkembangan dunia sepak bola warga imigran di Taiwan sejak tahun 1980. Usia Victor yang tahun ini telah melewati setengah abad, selain sibuk dengan rutinitas sepak bola keseharian, ia juga gemar menyatukan para pecinta sepak bola dari berbagai negara dan mengadakan berbagai pertandingan persahabatan.

Robert Iwanicki

Tantangan Menyatukan Warga Asing dan Taiwan dalam Satu Formasi Tim

● Pelatih tim nasional CTFA U-14/ Mantan pelatih utama
  Royal Blues FC dan Taipei Red Lions FC

Negara asal : Polandia, Jerman.

Tahun 1980, berangkat dari Jerman lalu mendarat di Taiwan, Robert bekerja sebagai teknisi IT dan smartphone, karena sepak bola maka ia memilih menetap di Taiwan. Berawal dari tim bentukannya, Royal Blues FC, yang berpartisipasi dalam turnamen Taiwan Football Premier League (TFPL), membawa Robert meniti karir baru yakni sebagai pelatih tim nasional Taiwan U14-U15.

Datang dari negara Eropa yang kental akan budaya sepak bola, memberi pengaruh besar pada perspektif dan rasa kecintaan Robert terhadap sepak bola. Ia yang telah beradaptasi dengan kehidupan Taiwan ingin berkontribusi lebih dalam bidang sepak bola, mengembangkan tunas-tunas pemain sepak bola berbakat, menerbitkan artikel-artikel tentang wawasan pelatih sepak bola untuk publik, dan mengaktifkan kembali Royal Blues FC dengan tampilan formasi baru yang lebih menyatu dengan unsur lokal.

野地球生

台灣移民工足球紀事

193

Mauricio Cortes

Membentuk Klub Sepak Bola Lokal yang Mendunia

● Taipei Red Lion FC

Negara asal : Kolombia

Karena tuntutan pekerjaan, Mauricio datang ke Taiwan untuk menempuh program Magister jurusan Manajemen di Universitas Taipei. Saat ini, Mauricio telah memiliki KTP dan sah sebagai warga negara Taiwan. Mauricio selain fasih berbahasa Mandarin, ia juga menjalankan bisnis perusahaan miliknya. Selain sibuk dengan rutinitas pekerjaan, kecintaannya terhadap sepak bola mendorongnya untuk turut mewarnai dunia sepak bola di Taiwan, ia pun mengasah bakatnya sebagai kapten Taipei Red Lions FC. Selain itu Mauricio juga berhasil meraih lisensi pelatih AFC tingkat C.

"Pertandingan sepak bola di Taiwan, lapangan terlihat sepi, sepertinya hanya ada pemain yang sedang bertanding. Sesungguhnya sepak bola bukan sekadar pertandingan, bila berpadu dengan makanan, aktivitas lain, musik, pasti akan menarik masyarakat Taiwan lebih menyukai sepak bola", ungkap Mauricio.

Robert Wilson

Gigih Kembali ke Lapangan dengan Spirit Sepak Bola Baru

● Ketua Taichung Savages FC

Negara asal : Inggris

Robert berprofesi sebagai guru bahasa Inggris di salah satu sekolah swasta Taiwan. Di akhir pekan, ia menghabiskan waktu bersama klubnya Taichung Savages FC gigih berlaga di lapangan sepak bola. Menurut Robert yang berasal dari Inggris, negara yang dianggap sebagai titik mula perkembangan sepak bola, berkata bahwa menyukai sepak bola tidak perlu alasan khusus.

Tim Robert yang dulu pernah berselisih dengan tim lawan saat pertandingan, akibatnya diusir dari liga serta dilarang menggunakan lapangan. Hal ini mengakibatkan timnya sempat bubar akibat tidak tersedianya tempat berlatih. Namun, ia belajar dari kesalahan dan berusaha mencari kesempatan untuk kembali berlaga di lapangan. "Ini adalah kegigihan saya untuk sepak bola. Selama Anda punya niat, Anda akan selalu memiliki kesempatan untuk kembali ke lapangan!", ujarnya.

Oliver Harley

Berjuang Mengejar Impian Kebebasan Sepak Bola

● Pelatih utama Inter Taoyuan FC

Negara asal: Jamaika

Pada tahun 2001, Harley Oliver datang ke Taiwan demi mencari peluang karier pada perkembangan dunia sepak bola Asia. Namun, tanpa disadari dia telah melewatkan kesempatan. Sebagai seseorang yang selalu berusaha mencari peluang menjadi pemain sepak bola profesional dan memiliki kebebasan. Demi meraih impiannya ini, Oliver seringkali harus dihadapkan oleh kenyataan dengan memberanikan diri melewati kekecewaan dan penantian yang lama. Namun hal tersebut tidak membuatnya menyerah.

Meskipun Oliver gagal berkarir sebagai pemain sepak bola profesional, ia memilih menetap di Taiwan dan menjadi pelatih sepak bola, mewariskan semangatnya kepada tunas-tunas generasi muda.

Mori Hiroyuki

Menemukan Ragam Sepak Bola Baru di Taiwan

● Humas JFC-TAIPEI

Negara asal : Jepang

Sejak tahun 2002, Mori Yuki ditugaskan ke Taiwan oleh perusahaannya di Jepang. Ia yang sejak awal gemar sepak bola ini, salah satu hal yang disiapkan sebelum datang ke Taiwan yakni mencari informasi tentang lapangan dan tim sepak bola. Setibanya di Taiwan, ia bergabung dengan JFC yang mengutamakan anggota berkewarganegaraan Jepang dan berkomunikasi dalam bahasa Jepang. Berbeda dengan beberapa tim lain yang anggotanya tergabung dari Eropa, Amerika Serikat, Afrika Selatan, dan Taiwan, berkomunikasi dalam bahasa Inggris.

Tidak seperti ketika di Jepang, hanya bermain dan berkompetisi dengan pemain sebangsa, namun di Taiwan ia bisa bermain dan berkompetisi dengan tim dari berbagai kebangsaan, etnis, dengan beragam teknik permainan, baginya ini merupakan pengalaman baru dan menantang.

野地球生

台灣移民工足球紀事

197

Ebrima Njie

Menemukan Oase di Taiwan melalui Sepak Bola

● Perwakilan Tim Gambia, pemain Inter Taoyuan FC

Negara asal : Gambia

Ebrima yang berasal dari kota Banjul, Gambia, sejak tahun 2007 menempuh pendidikan di Taiwan melalui program pertukaran pelajar dari universitasnya, hingga akhirnya tahun 2014 ia berhasil meraih gelar Doktor di Taiwan. Setelah meninggalkan bangku kuliah, Ebrima menetap di Taiwan berkarier sebagai teknisi komputer dan guru Bahasa Inggris. Saat ini Ebrima telah mendapatkan ARC permanen Taiwan.

Ebrima yang gemar sepak bola, di sela kesibukan kerjanya membentuk tim sepak bola yang dinamai Tim Gambia, selain itu ia juga merupakan pemain striker dari Inter Taoyuan FC, ia merasa seperti menemukan oase di Taiwan melalui sepak bola.

Kendala yang dihadapi Tim Gambia yaitu pemainnya dipisahkan oleh jarak, sehingga sulit berkomunikasi, apalagi menyatukan pemain untuk berlatih rutin. Khususnya pada tahun 2013, saat putusnya hubungan diplomatik antara Taiwan dan Gambia, mereka yang ada di Taiwan ini sempat khawatir tentang jalinan komunikasi dengan keluarga di Gambia.

Muhammad Al Furqon Soleh

Pelopor Lintas Batas Sepak Bola Pekerja Migran Kerah Biru dan Kerah Putih

Negara asal : Indonesia

Ali yang berasal dari Indonesia ini sempat menjadi sosok pemain sepak bola di kalangan pekerja migran Taiwan. Ali yang sempat bekerja di Korea Selatan, Jepang dan Taiwan kurang lebih selama 21 tahun, sejalan dengan profesinya ia memilih bekerja di Taiwan dan mulai bermain sepakbola. Pengalaman kerjanya selama bertahun-tahun di luar negeri membuatnya mudah bergaul dengan kalangan pekerja migran kerah putih dan berbagai kegiatan sepak bola di Taiwan. Ali aktif mencari informasi untuk mempermudah peminjaman lapangan sepak bola dan kesempatan kompetisi-kompetisi sepak bola bagi teman-teman pekerja migran Indonesia di Taiwan. Selain itu, Ali juga berkontribusi dalam perkembangan interaksi sepak bola antar pekerja migran asal Indonesia, Vietnam, Thailand, serta tim-tim sepak bola pekerja migran kerah putih.

Pada musim panas 2019, Ali kembali ke Indonesia. Selain menekuni usahanya di bidang katering, ia juga berperan aktif dalam berbagai kegiatan sepak bola di komunitasnya sekarang.

野地球生

台灣移民工足球紀事

199

Saptono

Saksi Perkembangan Liga Sepak Bola Indonesia di Taiwan

● Wasit TISL (Taiwan Indonesia Soccer League) di Taiwan

Negara asal : Indonesia

Pada masa remaja, Sato pernah mengikuti sekolah khusus sepak bola di Indonesia, pengalaman ini membangun dasar yang kuat pada kecintaannya terhadap sepak bola. Pada tahun 2001, pertama kalinya ia bekerja di Taiwan wilayah selatan. Pada awalnya, ia bergabung dengan tim sepak bola gabungan pekerja migran asal Thailand, setelah beberapa waktu ia bertemu dengan beberapa teman senegara yang sama-sama gemar sepak bola dan akhirnya bergabung menjadi satu tim. Tahun 2012, Sato ikut andil dalam kompetisi sepak bola antar pekerja migran Indonesia yang pertama kali diadakan di Taiwan. Selanjutnya pada tahun 2014, liga TISL (Taiwan Indonesia Soccer League) resmi dibentuk dan mulai mengadakan pertandingan liga sepak bola antar pekerja migran Indonesia di seluruh wilayah Taiwan utara, tengah dan selatan.

Dalam beberapa tahun terakhir, ia tidak hanya berkecimpung sebagai pemain sepak bola, namun mulai menekuni profesi wasit. Menurut Sato, berdiri di tengah lapangan dan memimpin jalannya pertandingan secara profesional, adil dan tidak memihak merupakan suatu tantangan yang menarik.

Indonesia

Shi Tai-xin

Saksi Perkembangan Liga Sepak Bola Thailand di Taiwan

● Kapten Liching FC Taoyuan

Negara asal : Thailand

Taiwan mulai membuka peluang kerja bagi pekerja migran pada tahun 1998, Taixin yang saat itu baru saja menempuh program sarjananya, ketika mendengar cerita kantor agensi di Thailand bahwa di Taiwan ada sepak bola, tanpa pikir panjang ia langsung memutuskan bekerja di Taiwan. Taixin yang cemas kesulitan menemukan sepatu sepak bola bagus di Taiwan, tidak membawa koper apapun, ia hanya membawa sepasang sepatu sepak bola kesayangannya ke Taiwan. "Anda datang ke sini untuk bekerja atau bermain sepak bola?", tanya pihak agensi Taiwan.

Taixin menikah dan menetap di Taiwan, ia berprofesi sebagai mandor di sebuah pabrik. Selama ini, ia membentuk dan membina tim sepak bola pekerja migran Thailand dengan sepenuh hati. Ia berharap melalui sepak bola mampu memandu pekerja migran menjauhi narkoba, perjudian, miras, agar mereka bisa bekerja dan hidup dengan baik di Taiwan, selamat hingga tujuan dan mampu mewujudkan impian mereka.

Membina Bakat Pemain Sepak Bola Thailand di Taiwan

● Pelatih Liching FC

Negara asal : Thailand

Artit setelah lulus kuliah, pada tahun 2006 pertama kalinya merantau ke Taiwan untuk bekerja. Awalnya, ia bersama teman-teman pekerja migran Thailand membentuk tim dan ikut pertandingan futsal. Pada tahun 2017, ia sengaja dikirim kembali ke Taiwan melalui agensi Thailand. Namun kedatangannya kali ini, selain menjadi pekerja keseharian, ia juga mengemban tugas khusus sebagai pelatih pemain sepak bola Thailand yang tergabung dalam tim Liching FC di Taiwan.

Berbeda dengan dulu, sekarang ini di Taiwan banyak diadakan turnamen cup dan liga sepak bola, tiap wilayah juga bermunculan pertandingan liga tim profesional berskala kecil maupun besar. Ditambah lagi, Artit dapat berinteraksi dengan tim-tim yang pemainnya berasal dari berbagai negara, ini merupakan pengalaman yang tidak ditemui sebelumnya. Oleh karenanya, ia iri kepada generasi sekarang yang memiliki banyak kesempatan dan pengalaman dalam pertandingan sepak bola.

Daeugkliang Jirawat

Meniti Karier melalui Sepak Bola
Pekerja Migran di Taiwan

● Pemain sepak bola Liching FC dan Inter Taoyuan FC

Negara asal : Thailand

Jirawat merupakan mahasiswa Universitas Sisaket Rajabhat jurusan Matematika yang berhenti kuliah pada tahun 2018. Melalui rekomendasi gurunya, Jirawat akhirnya bekerja di New Taipei, Taiwan. Jirawat yang berusia 20 tahunan, sejak kecil hingga mahasiswa selalu terpilih mewakili tim sepak bola sekolahnya. Saat kuliah, keahliannya di bidang sepak bola semakin terasah ketika ia bergabung dalam tim sepak bola Universitas Sisaket Rajabhat dan berpartisipasi dalam liga futsal profesional di Thailand.

Jirawat sengaja diarahkan untuk bekerja di Taiwan agar di waktu senggang ia bisa bergabung dan memperkuat pertahanan tim gabungan pekerja migran Thailand, Liching FC. Hanya dalam waktu setahun, Jirawat atas rekomendasi pelatihnya terpilih sebagai pemain Inter Taoyuan FC. Hal ini merupakan tantangan awal sebagai pekerja migran dalam memulai karier pemain sepak bola profesional.

Hoàng Trọng Hiển

Jiwa Sepak Bola yang Membara

● Kapten Choa 37 FC (tahun 2015)

Negara asal : Vietnam

Hoang Trong Hien berasal dari provinsi Nghe An, wilayah yang dikenal sebagai cikal bakal perkembangan sepak bola Vietnam. Ia dulunya berkarier sebagai pemain tim sepak bola nasional, namun sempat terhenti akibat cedera kaki yang dialaminya. Ia tidak pernah menyangka bahwa ketika bekerja di Taiwan, membawanya ke awal kehidupan baru.

Pada tahun 2016, terkait dengan peraturan di Taiwan dan tingginya beban biaya agensi tenaga kerja, Hoang Trong Hien terpaksa menjadi pekerja migran kaburan di Taiwan. Semenjak itu, ia terpaksa melakukan pekerjaan-pekerjaan beresiko tinggi.

Pada masa sulitnya, ia sempat mengikuti kompetisi sepak bola pekerja migran, pengalaman ini memberinya keberanian untuk lebih berjuang meraih impian.

Pada awal tahun 2019, ia tertangkap oleh pihak kepolisian Taiwan dan dideportasi ke Vietnam. Baginya, pengalaman mengikuti pertandingan sepak bola pekerja migran Taiwan Cup, telah memberikannya semangat untuk tetap mempertahankan kecintaannya terhadap sepak bola melalui tindakan-tindakan yang nyata.

Chen Wen-xiu (Tran Van Tu)

Kesetaraan dalam Keberagaman melalui Sepak Bola

● Kapten Hai Duong FC

Negara asal : Vietnam

Wenxiu lahir di Provinsi Hai Duong. Pada tahun 2008, ia datang merantau ke Taiwan untuk mencari modal demi mewujudkan impiannya membuka studio foto. Sekelompok pekerja migran muda Vietnam yang gemar sepak bola, sering memanfaatkan akhir pekan untuk berkumpul di area kecil sebuah lapangan sekolah untuk menikmati kebersamaan bermain bola.

Sekembalinya ke Vietnam, ia hidup berumah tangga dan membuka studio foto impiannya. Karena bisnisnya tidak lancar, ia bersama istrinya kembali bekerja ke Taiwan. Ia sempat khawatir terlalu sibuk mengurus tim sepak bola hingga tidak punya cukup waktu untuk menemani istrinya. Justru sebaliknya, sang istri selalu memberinya dukungan. Menurutnya, bisa mengejar impian bersama teman-teman senegara di negeri orang, akan menjadi suatu kenangan hidup yang berkesan.

Nguyen Nhan Tai

Bekerja ke Taiwan demi Sepak Bola

● Kapten Choa 37 FC

Negara asal : Vietnam

Nguyen Nhan Tai, yang lahir di provinsi Nghe An, awalnya adalah kapten tim unggulan provinsi Nghe An. Namun, tahun 2013 ia mengalami cedera serius ketika bertanding sepak bola hingga ia tidak bisa melanjutkan kariernya. Bagi Nguyen Nhan Tai yang sejak kecil sudah mencintai sepakbola dan dengan jerih payah meniti kariernya mulai dari bawah, menghadapi kenyataan ini ia merasa dunianya hampir runtuh. Beberapa tahun kemudian, melalui teman ia mengetahui tentang kabar pertandingan sepak bola pekerja migran di Taiwan. Beranjak dari alasan inilah, ia memutuskan untuk bekerja di Taiwan.

Saat di rumah bersandar pada orang tua, saat di luar bersandar pada teman-teman. Sesulit apapun kehidupan pekerja migran di Taiwan, cukup bermain sepak bola bersama teman-teman senegara telah memberikannya semangat. Ia sangat senang mendapat kesempatan bekerja di negara yang memberi ajang sepak bola bagi pekerja migran. Ia berharap dapat mampu menularkan antusiasme orang Vietnam terhadap sepak bola bagi masyarakat Taiwan, bersama-sama memajukan sepak bola di Taiwan layaknya seperti kepopuleran bisbol di Taiwan.

野地球生

sức sống từ bóng đá hoang dã

Tiếng Việt nam

Hòa nhập viễn cảnh tương lai của bóng đá di dân và bóng đá sân cỏ Đài Loan

Ông Chiou, I-Jen/ Chủ tịch Liên đoàn CTFA

Bóng đá là môn thể thao được nhiều người yêu thích nhất trên thế giới. Sự tham gia nhiệt tình, sôi nổi của cộng đồng đối với môn thể thao này là một trong những lý do chính góp phần xây dựng và phát triển nền bóng đá nước nhà. Những năm gần đây, nền móng của bóng đá sân cỏ Đài Loan dần dần phát triển. Các hoạt động bóng đá trẻ em, thanh thiếu niên và bóng đá nữ phát triển mạnh mẽ. Điều đáng quan tâm là, những người nước ngoài sống tại Đài Loan và đặc biệt là lao động "Cổ cồn xanh" đến từ các nước Đông Nam Á. Vượt qua Đại dương, họ đã mang đến đất nước Đài Loan một thứ tình yêu đam mê cháy bỏng – tình yêu với bóng đá.

Ra nước ngoài làm việc của lao động "Cổ cồn xanh" luôn là chủ đề "nóng" được nhắc đến về nhân quyền, xã hội và thương mại tại Châu Á. Đối với lao động quốc tế tại Đài Loan, bóng đá có tác dụng làm giải tỏa áp lực trong công việc, nỗi nhớ nhà và thực hiện hóa giấc mơ của họ. Họ đã lựa chọn cho mình một món ăn tinh thần - Đó chính là bóng đá. Cũng chính vì thông qua các hoạt động bóng đá, mà xã hội và người dân Đài Loan càng hiểu hơn về lao động nước ngoài và đất nước của họ. Điều này có ý nghĩa tích cực đối với việc cải thiện cái nhìn định kiến về người lao động nước ngoài và sự bình đẳng trong xã hội v.v...

Đài Loan là một xã hội di dân hợp thành. Đội bóng đá đầu tiên của Đài Loan là một đội bóng do người Anh tổ chức thành lập ở thời thực dân Nhật. Riêng đối với Đài Loan họ cũng đã từng thành lập "Đội bóng đại diện Trung Hoa Dân Quốc" do người Hoa kiều Hồng Kông hợp thành và đạt được thành tích huy hoàng trong bóng đá châu Á. Cho đến nay, việc bóng đá di dân đang phát triển với tốc độ nhanh đã thổi vào luồng gió mới mang lại cho bóng đá sân cỏ Đài Loan là sự đam mê, sự nhiệt huyết và giao lưu văn hóa trình độ kỹ thuật thi đấu.

Xây dựng nền móng vững chắc, quan tâm đầu tư cơ bản mới có thể nâng cao bước đột phá, sức cạnh tranh bóng đá chỉnh thể Đài Loan. Do vậy, CTFA trong những năm gần đây dốc sức phát triển bóng đá sân cỏ. Chính vì vậy, năm 2019, CTFA đã 02 lần nhận được AFC công nhận và khẳng định giải thưởng; Gần đây nhất là năm 2020, Liên đoàn bóng đá Đài Loan CTFA nhận được sự ủng hộ của liên đoàn bóng đá Châu Á AFC tại giải đấu bóng đá cho người nhập cư quốc tế Taiwan Cup do tổ chức phi chính phủ tổ chức. Đây là tổ chức bóng đá quốc tế lần đầu tiên nhận được sự ủng hộ và khẳng định đối với hoạt động bóng đá tổ chức phi chính phủ tại Đài Loan. Hy vọng rằng, thông qua phong trào bóng đá của những người nhập cư sẽ là ngọn lửa tinh thần tiếp thêm cho sự gắn kết, cùng nhau phát triển vì hình ảnh của nền bóng đá của Đài Loan; Bồi đắp lên một năng lượng cho nền móng văn hóa và sự phát triển phong phú đa dạng.

Mong muốn thông qua bóng đá xóa đi hàng rào định kiến hiện có

Bài viết : DATO' WINDSOR JOHN - Tổng Thư ký Liên đoàn Bóng đá Châu Á

Các bạn thân mến!

Chúng tôi - Liên đoàn bóng đá Châu Á AFC rất vui mừng khi được ủng hộ Hiệp hội Phát triển Người lao động Nước ngoài tại Đài Loan (GWO) về Dự án và việc xuất bản, ra đời cuốn sách "Sức sống từ bóng đá hoang dã".

Khi Liên đoàn Bóng đá Châu Á AFC đặt ra Triển vọng tương lai và Sứ mệnh mới vào tháng 1 năm 2016. Bóng đá không chỉ có ý nghĩa trong hoạt động thể thao, mà nó còn có ý nghĩa vô cùng quan trọng trong sự phát triển xã hội và là một trong những hoạt động cốt lõi chính. Đó cũng chính là trọng điểm phát triển trong bốn năm tới của chúng tôi.

Trong ba năm gần đây, chúng tôi đã chứng kiến sự ra mắt của Quỹ AFC Giấc mơ Châu Á và đã hỗ trợ hơn 30 dự án cho 22 đơn vị thành viên khác nhau. Chúng tôi cảm thấy vô cùng tự hào về những thành tựu đáng ghi nhận này.

Đây là lần đầu tiên chúng tôi có đặc quyền hỗ trợ một dự án tại Đài Loan. Điều này sẽ mang lại lợi ích cho rất nhiều người lao động nước ngoài đến từ các nước châu Á. Khiến cho họ thông qua trái bóng tròn mà nhớ đến tình cảm ấm áp nơi quê nhà.

Dự án này kết nối 720.000 người bạn lao động đến từ các nước Inđônêxia, Việt Nam, Thái Lan tại Đài Loan được thỏa mãn niềm vui trong thể thao, để họ tìm thấy sự ủng hộ của những người trong gia đình mình từ nơi xa xôi ấy.

Cuốn sách này tôn vinh sự thành công của Dự án Bóng đá Di dân của Hiệp hội Phát triển Người lao động Nước ngoài tại Đài Loan (GWO) từ năm 2015 trở lại đây. Dưới sự ủng hộ của Quỹ AFC Giấc mơ Châu Á, chúng tôi hy vọng rằng, môn thể thao bóng đá này sẽ tiếp tục phá vỡ những cái nhìn định kiến còn tồn tại và cùng phát triển tới một xã hội hội nhập chỉnh thể đầy đủ.

Liên đoàn bóng đá AFC cảm ơn Liên đoàn Bóng đá Đài Loan đã tiếp tục đầu tư và ủng hộ các giải đấu này. Và chúng tôi cũng xin gửi lời cảm ơn tới tất cả những người không chỉ giúp đỡ tổ chức sự kiện và những người biên soạn cuốn sách này. Chúng ta hãy cùng chúc mừng thành công lần này!

野地球生

台灣移民工足球紀事

213

Một chút tâm tình Sự nóng bỏng đầy nhiệt huyết trên sân cỏ của những người lao động nước ngoài chúng tôi

Bà Từ Thụy Hy/ Người thành lập Hiệp hội Phát triển
Người lao động Nước ngoài tại Đài Loan

Vào năm 2015, tình cờ nhìn thấy lao động nước ngoài - Họ là những người đam mê bóng đá đến từ đất nước Inđônêxia đang phát tờ rơi tại ga xe lửa Thành phố Đài Bắc. Mang trên mình bộ trang phục quần đùi áo số rất đẹp, họ mong muốn được kết nối với những người đồng hương của mình đi tham gia và cổ vũ giải đấu bóng đá. Tôi – một người vốn làm trong nghề phóng viên lâu năm, tôi đã tìm hiểu và vô cùng ngạc nhiên trước sự đam mê của họ, rất mộc mạc, giản dị. Nhưng mang lại điều lớn nhất ở đây là sự đồng điệu kết nối trái tim - những người đam mê môn thể thao bóng đá. Và cũng kể từ đó, cái duyên đến với tình yêu bóng đá trong tôi lớn dần hơn, tổ chức GWO của chúng tôi với hoạt động bóng dá lao động nước ngoài khó có thể từ bỏ được.

Vào năm 2015, giải đấu bóng đá di công Taiwan Cup được tổ chức mà không có kinh phí hỗ trợ nào. Nhưng điều quan trọng là có sự hỗ trợ đồng lòng toàn tâm toàn sức của các bạn lao động nước ngoài. Lúc đó, vào các ngày chủ nhật văn phòng GWO cho lao động Việt Nam mượn miễn phí địa điểm tập múa. Khi nghe thấy Hiệp hội lo lắng về giải đấu bóng đá di công, họ đã tình nguyện gánh vác đảm nhiệm công tác giải đấu, như giúp chuẩn bị sân, kiểm tra các cầu thủ, chỉ đạo trước khi vào sân, quản lý hiện trường kiêm dọn dẹp vệ sinh v.v...

Kết quả thi đấu thắng thua chỉ là một phần nhỏ, nhưng điều mang lại cho lao động nước ngoài lớn hơn cả đó là họ được thỏa sức đam mê, và cũng vì như vậy họ đã trở thành những người bạn, kéo gần khoảng cách giữa những người lao động "Cổ cồn xanh" và lao động "Cổ cồn trắng", giữa những người không cùng quốc tịch, giữa những người không cùng chủng tộc, thậm chí là bắt đầu làm mờ nhạt đi ranh giới giữa người nước ngoài với người Đài Loan. Vào năm 2015, giải đấu bóng đá di công Taiwan Cup đã nhận được rất nhiều sự quan tâm đến từ truyền thông của các nước như truyền thông đại chúng Đài Loan, Inđônêxia, Việt Nam đưa tin. Từ đây môn thể thao bóng đá bắt đầu được xã hội Đài Loan nhìn nhận. Đây chính là tín hiệu và là một bước ngoặt rất lớn đánh dấu cho cho sự phát triển hoạt động bóng đá di dân trên đất nước Đài Loan.

Vào năm 2017, trong điều kiện kinh tế khó khăn, Hiệp hội GWO không có đủ kinh phí phải đối mặt với khó khăn không thể tổ chức Taiwan Cup, nên buộc tạm thời dừng lại. Tuy nhiên, cũng trong thời gian ấy chúng tôi nhận được rất nhiều sự quan tâm của những người yêu và đam mê bóng đá; Thông qua mạng xã hội Facebook, Mail, Line họ mong muốn giải bóng được diễn ra. Họ hỏi: "Taiwan Cup năm nay khi nào sẽ được tổ chức ạ?" Qua nhiều năm để tổ chức Taiwan Cup, Hiệp hội GWO buộc phải lo lắng rất nhiều vấn đề như luật lệ quy định, kinh phí, vấn đề sân bãi v.v.... cho di công. Nhưng cuối cùng, cũng chính sự khát khao đó, sự ủng hộ ấy đã tạo động lực cho chúng tôi trong những ngày tháng lo lắng ấy lại tiếp tục tổ chức giải đấu- giải Taiwan Cup, giải đấu này là sự hết mình tham gia mang tính tự phát và sự đồng tình của những người lao động nước ngoài.

Ví dụ như, trận thi đấu bán kết Taiwan Cup năm 2019 nhận được sự ủng hộ của Chính phủ Thành phố Đài Bắc, miễn phí tổ chức tại sân bóng thế vận hội đại học quốc tế. Nhưng do sân quá lớn mà gây ra áp lực nặng nề về kinh phí cho chúng tôi. Áp lực lớn đến mức tôi bị mất ngủ, chỉ còn cách là tôi cầu nguyện trước chúa, đồng nghiệp người Inđônêxia cầu xin thánh Ala, đồng nghiệp người Việt Nam thắp hương cầu xin phật phù hộ. Cuối cùng là vì sự đột tử của Hoàng, đội trưởng đội bóng Hải Dương Việt Nam – Một người đam mê bóng đá. Để tưởng nhớ đến sự đóng góp của anh ấy đối với nền bóng đá di công, mà tôi đã đi đến quyết định tổ chức. Không ngờ rằng, đây cũng là lần đầu tiên được nhận được khuyên góp kinh phí chi tiêu vừa đủ.

Hiệp hội GWO mở ra rất nhiều dịch vụ mới chủ yếu là dựa vào sự nhiệt tình phục vụ. Đặc biệt là những lao động có nhu cầu chủ động tìm đến Hiệp hội, tôi sẽ sẵn sàng giúp đỡ. Với ý niệm của Hiệp hội GWO tin tưởng rằng, các bạn lao động nước ngoài được đối xử bình đẳng như những người Đài Loan. Chính vì điều này, mà cần phải huy động tới sự tham gia, phân công, lên kế hoạch, thực hiện của lao động nước ngoài. Chúng ta hãy cùng nhau nỗ lực vì hoạt động mà mình đam mê.

Đá tung trái đất Tha hương trở thành quê hương

Lời giới thiệu về sự phát triển bóng đá sân cỏ của người nước ngoài tại Đài Loan

Bài viết : Thi Nguyên Văn, Trương Khải Uy

Bóng đá hiện đại tại Đài Loan cũng giống như các môn thể thao bóng chày và bóng rổ. Đó là những môn thể thao được du nhập từ những người đến sinh sống và làm việc tại Đài Loan. Người nước ngoài, chính họ là những người mang mối quan hệ mật thiết đến lịch sử phát triển nền bóng đá sân cỏ tại Đài Loan.

Vào giai đoạn năm 1949 đến năm 1970, các đội bóng Đài Loan chủ yếu là những người ngoại tỉnh và người Hồng Kông thuộc các tỉnh của Trung Quốc. Các cầu thủ người Hồng Kông đến sống tại Đài Loan, còn lại từ thời kỳ Nhật Bản thống trị. Đồng thời kết hợp các cầu thủ của khu vực Hồng Kông được chính phủ tuyển mộ tích cực. Đội bóng đại diện cho Trung Hoa Dân Quốc chủ yếu tập hợp là những người Hoa kiều Hồng Kông, lúc đó mang về rất nhiều thành tích và viết lên rất nhiều trang lịch sử huy hoàng vẻ vang cho nền bóng đá Đài Loan thời bấy giờ.

Vào những năm 1970, Đài Loan rời khỏi Liên hiệp quốc, thành tích thi đấu quốc tế xuống dốc. Các giải thi đấu trong nước càng trở nên khó khăn để phát triển một cách kiện toàn. Đài Loan trở thành "Sa mạc bóng đá". Từ những năm 1970 trở đi, bóng đá Đài Loan ỉ nại toàn bộ vào sự phát triển chủ đạo của đất nước.

Bóng đá sân cỏ trong cộng đồng không còn được phổ biến. Đại đa số đội bóng được đứng tên bởi các doanh nghiệp nhà nước, quân đội chỉ đạo.

Cho đến năm 1986, đây là thời kỳ Đài Loan mở cửa chế độ dân chủ, chế độ nghiêm trị được dỡ bỏ, do nhu cầu nền kinh tế Đài Loan phát triển và số lượng người nhập cư ngày một đông hơn. Những người nước ngoài này mang trong mình niềm đam mê môn thể thao bóng đá từ quê hương họ và bóng đá trở thành món ăn tinh thần chủ yếu của họ trên đất nước Đài Loan. Chính họ là những người gắn kết môn thể thao này tại Đài Loan, thổi vào một luồng gió mới đầy năng lượng và sức sống mãnh liệt của nó trên mảnh đất Đài Loan này.

Mà nhân vật chính cho sự phát triển bóng đá địa phương tại Đài Loan ấy chính là những người nước ngoài. Không giống với đội tuyển quốc gia là phải có thành tích ghi công đẹp, cái mà họ thể hiện trên sân cỏ hết sức dân dã, giản dị mang sự sống động nhiều màu sắc phong phú đa dạng. Cuốn sách này thông qua những câu chuyện phỏng vấn các cầu thủ trong đội bóng người nước ngoài, nếm trải thám hiểm, gắn kết những vị khách tha hương với nền bóng đá địa phương tại Đài Loan, và làm thế nào phát triển diện mạo hoàn toàn khác biệt nơi bóng đá sân cỏ.

Vào những năm 1980, những người lao động đến Đài Loan làm việc từ các nước có nền công nghiệp tiên tiến chủ yếu vẫn là những lao động "Cổ cồn trắng". Nhưng kể từ những năm 1998, do nhu cầu thiếu nhân công, nên chủ yếu các lao động nước ngoài "Cổ cồn xanh" đến từ các nước Đông Nam Á. So sánh giữa hai giai cấp lao động, thì giai cấp lao động "Cổ cồn trắng" đa số đến từ các nước có nền công nghiệp tiên tiến nhiều hơn, trình độ giáo dục nói chung cao hơn mới được cử ra nước ngoài làm việc, mức lương hậu hĩnh, ít phải chịu hạn chế o ép trong pháp luật Đài Loan;

Nhưng ngược lại, những người lao động nước ngoài "Cổ cồn xanh" đến từ các nước Đông Nam Á như Thái Lan, Inđônêxia, Việt Nam và Phi-lip-pin là những quốc gia có nền kinh tế, giáo dục, kinh tế lạc hậu. Mặt bằng trình độ giáo dục tương đối thấp, mức lương thấp, bị chịu nhiều hạn chế trong luật pháp Đài Loan. Thậm chí, không được tự do chuyển đổi chủ. Ấn tượng trong xã hội của người Đài Loan cho rằng, những lao động nước ngoài "Cổ cồn trắng" chủ yếu là những người đến từ Châu Âu, Nhật Bản, Mỹ chiếm ưu thế. Thậm chí, còn sùng bái họ; Những lao động đến từ các nước Đông Nam Á lạc hậu và thêm vào đó là những công việc mà người Đài Loan không muốn làm vì vất vả, bụi bặm, nguy hiểm, với mức lương 3K. Chính điều này dẫn đến nhiều sự kỳ thị và bị đưa vào định kiến trong xã hội, khiến cho các lao động nước ngoài "Cổ cồn xanh" và "Cổ cồn trắng" khi ra nước ngoài làm việc đều phải đối mặt với nhiều trở ngại và vấn đề tương tự này diễn ra trong sự phát triển của bóng đá ở Đài Loan

Cho dù lao động nước ngoài là "Cổ cồn xanh" hay "Cổ cồn trắng" thì đại đa số gặp phải vấn đề như khó tìm sân bóng. Nguyên nhân chủ yếu ngoài sự hạn chế sân bóng Đài Loan ra, cũng buộc phải nhiều lần làm thủ tục đơn xin sử dụng sân với chính phủ hay trường học bằng văn bản có liên quan đến tiếng Trung rất phức tạp. Ngoài ra, khi thực hiện hoạt động bóng đá có vô vàn những hạn chế về quy tắc, quy định hoàn trả sân v.v... Nói chung, chi phí thuê mượn sân bóng cũng không rẻ. Với chi phí sân bóng bình thường nửa ngày từ 4000 – 10 000, thuê thiết bị như gôn, bản ghi điểm v..v... Các loại chi phí linh tinh, chi phí đặt cọc dự trù phải nộp lên đến hàng chục nghìn Đài tệ. Điều này gây nên gánh nặng với thu nhập không cao của những người lao động "Cổ cồn xanh". Hơn thế nữa, rất nhiều sân bóng của nhà nước áp dụng đăng ký hạn chế thời gian, chế độ nhận sân hàng năm theo hình thức điện tử hóa. Người nước ngoài thường xuyên vì thiếu thông tin kịp nhật, dẫn đến khó khăn trong việc nhận được quyền sử dụng sân một cách thuận lợi, cho nên họ phải áp dụng gia nhập vào các câu lạc bộ theo các hình thức khác nhau như giải đấu liên đoàn hay giải cúp bóng đá.

Ngoài ra, kỳ thị về chủng tộc, giai cấp lao động, ngôn ngữ và văn hóa đối với lao động người Đông Nam Á, đặc biệt gây ra giới hạn về sân bóng và nguồn hỗ trợ. Các trận đấu bóng của người nước ngoài thường xuyên chỉ thuê mượn được những sân bóng xa xôi, mặt sân cỏ xấu. Lại còn phải tính toán về gánh nặng chịu chi phí thuê mượn mang lại. Nếu tiến hành đá bóng tại các không gian công cộng như trường học, công viên, các sân bóng mở cửa, thì lại càng bị làm khó dễ, bị khước từ, thậm trí còn bị đuổi.

Thể thao bóng đá tại Đài Loan hiện nay vẫn không thể thu hút được nhiều khán giả hâm mộ. Dẫn đến khó khăn trong việc phát triển thành thương mại hóa, quy mô hóa. Đội bóng đá Cổ cồn trắng cần nhiều kinh phí hơn do thực tế là họ tập hợp luyện tập bóng đá, giải đấu với mật độ thường xuyên hơn và thường có cơ hội thách thức các trận đấu cấp cao hơn. Do đó, nhu cầu nguồn tài chính thể hiện càng cấp bách hơn. Ngoài việc các cầu thủ tự nộp kinh phí ra, còn phải tìm các nguồn tài trợ quyên góp. Nếu không sẽ có khả năng rơi vào tình trạng dừng hẳn mà không thể tiếp tục hoạt động được nữa. Lao động "Cổ cồn xanh" do công việc hàng ngày, thời gian nghỉ không cố định và không tự do. Cơ hội thi đấu bóng cũng không nhiều. Các cầu thủ lại càng khó có đủ thời gian cố định luyện tập. Điều kiện thi đấu mang thách thức càng lớn, thì ưu thế tìm các nguồn tài trợ càng trở nên thiếu hụt.

Đài Loan đang phát triển nền văn hóa bóng đá, đặc biệt là bóng đá sân cỏ của di dân phát triển nhanh. Rất có thể đây chính là thời khắc thổi vào luồng gió mới cho nền văn hóa thể thao bóng đá tại Đài Loan. Năm 2020, sự đẩy mạnh thể thao bóng đá người lao động nước ngoài tại Đài Loan của GWO đã nhận được sự ủng hộ của Liên đoàn bóng đá Châu Á AFC. Đây là lần đầu tiên mà Liên đoàn bóng đá Châu Á ủng hộ tổ chức phi chính phủ NGO tại Đài Loan để phát triển nền bóng đá phong phú này. Và đây cũng chính là bằng chứng cho sự nỗ lực phát triển nền bóng đá di dân hòa nhập với sự phát triển bóng đá sân cỏ tại Đài Loan.

Nền bóng đá Đài Loan trong con mắt người nước ngoài

Bài viết: Thi Nguyên Văn

Người nước ngoài được phỏng vấn trong cuốn sách này đến Đài Loan đều xuất phát từ công việc, họ mang trong mình một niềm đam mê bóng đá từ quê hương đến Đài Loan, và họ tham gia đá bóng và tổ chức Liên đoàn bóng đá. Thậm chí, bỏ hết công sức cho nền bóng đá Đài Loan. Đã có rất nhiều người cho rằng, Đài Loan là sa mạc bóng đá. Nhưng điều đặc biệt ở đây là các cầu thủ lại đến từ các quốc gia khác nhau, có phong cách khác nhau, mang đến kinh nghiệm thi đấu và giao lưu văn hóa hoàn toàn khác lạ và mới mẻ mà không gì so sánh được. Vì vậy, mà họ mang kỳ vọng lớn lao rằng, Đài Loan sẽ có thể phát triển thành Châu lục xanh bóng đá sân cỏ.

Các cầu thủ được phỏng vấn qua cuốn sách này, luôn một lòng khẳng định sự phát triển của bóng đá sân cỏ Đài Loan sẽ ngày càng phát triển mạnh mẽ. Điều này có lợi rất lớn cho việc thúc đẩy không khí thể thao bóng đá chính thống tại Đài Loan. Họ cũng nhấn mạnh rằng, để nâng cao sự phát triển thể thao bóng đá Đài Loan, không nhất thiết chỉ chú trọng vào thể lực và kỹ thuật bóng của các cầu thủ, mà vấn đề quan trọng ở đây là xây dựng một nền

văn hóa thể thao trong bóng đá. Đây cũng chính là điểm xuất phát từ sự phát triển của bóng đá sân cỏ.

Huấn luyện viên đội tuyển Inter Taoyuan người Jamaica -Olive cũng nhấn mạnh, xây dựng văn hóa thể thao mới là ngọn nguồn của sự phát triển. Đại đa số người Đài Loan cho rằng thể thao chỉ là trò chơi, bóng đá cũng là như vậy. Họ cho rằng nó chỉ là trò chơi giải trí, cho nên không thể kiếm được lợi nhuận, nên cũng không muốn đầu tư. Nhưng đương nhiên bóng đá thực chất không chỉ là như vậy.

Robert Iwanicki người Ba Lan kiều Đức chỉ ra, vì Đài Loan không phải là đất nước có nền văn hóa bóng đá lâu dài mà có thể tích lũy làm nền tảng. Vì thế thể thao bóng đá rất khó để phát triển thành thương mại hóa. Nó phải dựa vào sự nỗ lực phấn đấu không ngừng trong tương lai, phải suy nghĩ xem làm thế nào tích cực hơn trong việc tiếp thị, đưa bóng đá vào cuộc sống, thu hút gắn kết càng nhiều khán giả đến với đội bóng.

Mauricio Cortes đến từ Colombia cho rằng, khán đài bên cạnh sân bóng luôn trong tình trạng trống rỗng, chỉ có những cầu thủ trên sân bóng là đơn phương độc mã. Thực ra bóng đá không chỉ là thi đấu, thêm vào đó là chút đồ ăn, hoạt động và âm nhạc chắc chắn sẽ thu hút được càng nhiều người Đài Loan yêu thích bóng đá. Chính vì điều này mà các fan hâm mộ cuồng nhiệt trở nên trung thành với đội bóng. Tưởng rằng những điều này là những trò chơi, nhưng từ sân cỏ ấy tích tiểu thành đại, dần dần sẽ xây dựng lên một

Đá tung trái đất Tha hương trở thành quê hương

Ý nghĩa bình quyền trong phát triển bóng đá người lao động nước ngoài tại Đài Loan

Bài viết : Thi Nguyên Văn, Trương Khải Uy

Ý nghĩa bình quyền trong phát triển bóng đá người lao động nước ngoài tại Đài Loan (Theo quan điểm)

Từ năm 1998, Đài Loan bắt đầu đưa lao động người Đông Nam Á vào làm việc. Cuối năm 2019 thì số lượng lao động nước ngoài trên toàn quốc là 720.000 người, trong số đó vẫn chưa bao gồm 50.000 người di công không có giấy tờ. Và gần một nửa trong số họ là những lao động nam làm những công việc vất vả mà người Đài Loan không muốn làm, ví dụ các công việc công xưởng, thuyền viên, xây dựng, nông nghiệp, nông trại v.v... Bao nhiêu những người lao động nước ngoài xa quê hương, do sự khác biệt về ngôn ngữ và văn hóa, mà họ đã phải đối mặt với áp lực rất lớn về công việc. Những người lao động nước ngoài bị thương, tàn tật và tử vong trong tai nạn nghề nghiệp, có tỉ lệ bình quân cao hơn người Đài Loan là 2.6 lần.

Những năm gần đây, luật bảo vệ người lao động tại Đài Loan, tuy cũng đã dần dần được cải thiện, nhưng chế độ có liên quan về quyền lợi cho người lao động vẫn có nhiều điều thiếu sót. Trong xã hội vẫn còn tồn tại cái nhìn phiến diện kỳ thị người lao động Đông Nam Á.

Bóng đá di công sớm nhất tại Đài Loan bắt đầu từ khu vực miền Trung và miền Bắc. Mà đội bóng được thành lập sớm nhất và tổ chức liên đoàn sớm nhất là lao động người Thái Lan. Năm 2014, hơn 20 đội bóng đá Inđônêxia thành lập liên đoàn TISL. GWO là một tổ chức phi chính phủ cung cấp dịch vụ cho lao động nước ngoài bằng tiếng mẹ đẻ. Vào năm 2015, Hiệp hội GWO phát hiện ra lao động người Inđônêxia, Việt Nam và Thái Lan đã có hơn 50 đội bóng được thành lập. Họ gặp phải những khó khăn trong sử dụng sân bóng. Và thế là hiệp hội bắt đầu tập hợp lao động có quốc tịch khác nhau tổ chức "Giải đấu bóng đá lao động quốc tế tranh cúp tại Đài Loan". Nhờ môn thể thao bóng đá này đã cải thiện sự kỳ thị đối với người lao động nước ngoài mà họ đã phải chịu sự hạn chế trong sử dụng không gian công cộng tại Đài Loan, và điều này cũng đáp ứng nhu cầu tham gia vào các hoạt động giải trí phong phú đa dạng ngày càng nhiều cho người lao động nước ngoài .

Do thể thao bóng đá Đài Loan không rầm rộ, sân bóng ít, chi phí thuê sân không rẻ, hơn nữa đại đa số thủ tục làm đơn xin đều bằng tiếng Trung rất phức tạp và nhiều cửa ải quản lý tại hiện trường chi tiết tỉ mỉ v.v... Lao động nước ngoài không dễ gì nhận được hoặc được sử dụng sân bóng cố định. Tại không gian công cộng diễn ra hoạt động thể thao bóng đá, người lao động nước ngoài thường bị người dân có ấn tượng định kiến, họ bị gây khó dễ, khinh miệt và thậm trí là bị xua đuổi.

Giải bóng Taiwan Cup Vào năm 2015, lao động người Inđônêxia, Việt Nam, Thái Lan bắt đầu vượt qua đường danh giới giữa các nước khác nhau, cùng tham gia thi đấu và cùng trao đổi bóng đá. Vì vậy, mời các lao động "Cổ cồn trắng" tham gia giải đấu, và điều này phá vỡ cái danh giới giai cấp vốn có giữa lao động "Cổ cồn xanh" và lao động "Cổ cồn trắng". Cứ như thế đội bóng của lao động "Cổ cồn trắng" hòa nhập cùng các cầu thủ lao động "Cổ cồn xanh". Xã hội Đài Loan bắt đầu quan tâm đến những người lao động nước ngoài, ngoài nhu cầu về quyền lao động ra, họ gặp phải khó khăn trong việc sử dụng không gian công cộng

Bắt đầu từ năm 2016, các đội bóng Việt Nam, Inđô, Thái Lan tại Đài Loan tổ chức thành lập các đội bóng với những bước đột phá nhanh. Đặc biệt là người Việt Nam, các đội bóng, các tổ chức liên đoàn thành lập với tốc độ nhanh, họ lấy tên đội bóng mang tên tỉnh, thành phố quê hương mình. Thậm chí, lấy tổ chức Liên đoàn của hội đồng hương là cộng đồng lao động người Việt Nam và cung cấp rất nhiều dịch vụ liên lạc. Chúng tôi cũng phát hiện thấy, có những người lao động nước ngoài đã từng là tuyển thủ quốc gia hay trong các đội bóng chuyên nghiệp. Bởi vì, tại Đài Loan cũng có bóng để đá, do vậy mà họ đã chọn là điểm đến làm việc.

Tháng 7 năm 2018, theo sự kiện nóng bỏng của cúp bóng đá thế giới, Hiệp hội GWO đã dành được cơ hội cho các đội bóng người lao động nước ngoài tham gia biểu diễn thi đấu bóng đá. Đó là "Đêm phát truyền hình trực tiếp trận chung kết World Cup" tại đại lộ Ketagalan trước phủ tổng thống. Tại hiện trường đã diễn ra thi đấu hữu nghị bóng đá fusal của các đội bóng tại Đài Loan như Nhật Bản, Inđônêxia, Việt Nam v.v..., đã mở màn giới thiệu cho cộng đồng Đài Loan biết đến bóng đá di dân.

Vào tháng 9, tiếp tục diễn ra vòng loại của Giải đấu bóng lao động nước ngoài của Thành phố Tân Bắc tại sân vận động Xinzhuang, đã lập kỷ lục với 26 đội bóng người lao động nước ngoài tham gia. Đó dường như là việc tổ chức các giải lớn của những giải đấu bóng nghiệp dư tại Đài Loan. Giải đấu bóng di dân quốc tế Taiwan Cup vào tháng 11, tiếp tục tập hợp các đội bóng đại diện các khu vực Bắc, Trung, Nam cùng giao lưu, và giải đấu này được tổ chức tại miền Bắc. Kênh truyền hình thể thao MOD 215 cũng truyền hình trực tiếp giải đấu bóng đá nghiệp dư người nước ngoài tại Đài Loan. Điều này không những chỉ kích thích càng nhiều lao động nước ngoài gia nhập đội bóng, mà cũng là để cho càng nhiều người Đài Loan biết đến bóng đá di công.

Taiwan Cup năm 2019 nhấn mạnh với chủ đề "Chúng ta, vì bóng đá mà bình đẳng". Mọi người không phân biệt quốc tịch, giai cấp, tuổi tác và giới tính. Họ đều được đối xử bình đẳng trên mảnh đất Đài Loan này, cùng theo đuổi mơ ước. Đó chính là tinh thần của toàn hoạt động. Và trận thi đấu chung kết nhận được Cục Thể dục Thể thao Thành phố Đài Bắc cung cấp miễn phí sân điền kinh Đài Bắc. Đây là sân để tổ chức các giải đấu tại Đại hội thể dục thể thao các trường đại học trên thế giới. Rất nhiều các bạn di dân, di công đam mê bóng đá được bước chân trên sân điền kinh Đài Bắc tham gia giải đấu, họ cảm thấy mình vô cùng vinh dự và tự hào.

Vào tháng 1 năm 2019, trên toàn Đài Loan đã có trên 100 đội bóng người nhập cư, để hỗ trợ một cách có hiệu quả cho thể thao bóng đá người nhập cư khi gặp phải những vấn đề khó khăn về việc sử dụng sân bóng tại Đài Loan và những vướng mắc trong sự phát triển . Hiệp hội GWO đã tập hợp các Liên đoàn bóng đá di công Việt Nam, Thái Lan, Inđônêxia tại Đài Loan thành lập lên Liên đoàn bóng đá di dân tại Đài Loan TIFL (Taiwan Immigrants Football League). Nhiệm vụ đầu tiên của TIFL là đang đấu tranh dành sân bóng cho bóng đá di dân, để giải đấu của Liên đoàn bóng đá của các nước Inđônêxia, Việt Nam, và Thái Lan có thể tiến hành định kỳ. Đội bóng di công cũng cần phải học cách tự quản lý, thực hiện phương pháp có liên quan đến sử dụng sân bóng và giữ gìn môi trường sạch sẽ cho sân bóng.

Tôn chỉ thành lập TIFL là tiến hành tập hợp những người nhập cư đam mê bóng đá đến từ các nước khác nhau, tổ chức các giải đấu Taiwan Cup mang tính thường xuyên, tổ chức thi đấu giao hữu với các đội bóng Đài Loan, đào tạo trọng tài cho các trận đấu bằng nhiều thứ tiếng và các khóa học cơ bản phòng tránh thương tích trong thể thao. Đồng thời nâng cao trình độ chuyên nghiệp kỹ thuật bóng cho các cầu thủ là lao động nước ngoài, thúc đẩy họ hòa nhập với sự phát triển của bóng đá sân cỏ tại Đài Loan. Họ trở thành lực lượng mới trong thể thao bóng đá Đài Loan. Vì nguyên nhân kinh phí cho Giải đấu TIFL không đủ và giải đấu của Liên đoàn cần gấp trọng tài. Cho nên, Hiệp hội GWO được sự ủng hộ của Liên đoàn CTFA, đã tổ chức "Khóa học đào tạo bằng nhiều thứ tiếng cho trọng tài bóng đá". Huấn luyện khóa học do tổ trọng tài quốc tế chuyên nghiệp của Liên đoàn tham gia giảng dạy. Đào tạo các cầu thủ giỏi là lao động nước ngoài, để họ chuẩn bị đảm nhiệm tư cách trọng tài chuyên nghiệp cho giải đấu TIFL. Trọng tài quốc tế lên lớp giảng dạy cho các cầu thủ ưu tú, để họ có cơ hội bước lên tầm cao mới. Và cũng là để huấn luyện đào tạo các trọng tài cho các đội bóng di công, mà họ thường xuyên không có đủ kinh phí chi trả cho trọng tài. Với hình thức dạy bằng tiếng Trung, nên buộc phải dịch luật thi đấu bóng mới nhất ra các thứ tiếng Anh, Inđônêxia, Việt Nam, Thái Lan. Đồng thời trong khi giảng dạy cũng phải chuẩn bị thêm phiên dịch, để tiện cho việc trao đổi rõ ràng hơn.

Tổ chức Taiwan Cup không những chỉ gặp khó khăn trong vấn đề về kinh phí tài chính. Mà trật tự hiện trường cũng là sự áp lực rất lớn. Do quá trình quyên góp kinh phí tương đối khó khăn, huấn luyện người lao động nước ngoài phải thực hiện năng lực tự quản lý một cách chi tiết và phù hợp với quy định của các sân bóng tại Đài Loan là điều bắt buộc phải làm. Qua cố gắng nhiều năm, nhiều quy định, cầu thủ, khán giả tại sân bóng trong cộng đồng bắt buộc phải tuân thủ theo các quy định của hiện trường. Hiệp hội GWO cho dù cũng đã hoàn thành các văn bản dịch ra bằng tiếng Anh, Inđônêxia, Việt Nam và Thái Lan. Tuy nhiên, cũng gặp phải không ít khó khăn khi các cầu thủ, khán giả mới tham gia, nên vẫn phải duy trì quảng bá và nhắc nhở. Ngoài ra, trước khi giải đấu bắt đầu chúng tôi mở cuộc họp các lãnh đội. Tất cả các văn bản về quy định sân bóng, phương pháp thi đấu, luật thi đấu Fifa và lời cam kết với các vận động viên đều dịch ra các văn bản bằng tiếng Anh, Inđô, Việt Nam và Thái Lan, các đội trưởng của các đội ký tên tuân thủ các bản cam kết ấy.

Không khí bóng đá trong cộng đồng Đài Loan không được sôi nổi, thêm vào đó là ấn tượng tiêu cực đối với Đông Nam Á và hai giai cấp người lao động nước ngoài. Các cầu thủ, thậm chí ngay cả các khán giả nếu xảy ra tình trạng mất trật tự, đều có khả năng tiếp theo là ảnh hưởng không tốt đến việc sử dụng sân bóng và tìm nguồn kinh phí hỗ trợ.

Nền bóng đá của nhiều nước Đông Nam Á xếp thứ hạng vượt trên Đài Loan, thông qua di dân tại Đài Loan kiên trì dốc sức đầu tư nhiệt tình theo đuổi đam mê thể thao bóng đá, đã làm thay đổi cái nhìn của người dân Đài Loan hiểu hơn về di dân ở các nước khác nhau, hãy cùng chờ đợi tiến tới sự bình đẳng. Hiệp hội GWO với cách làm kết hợp cùng với người nước ngoài đẩy mạnh bóng đá di dân. Việc làm này không chỉ là để phá vỡ sự phân chia giai cấp giữa lao động "Cổ cồn xanh" và "Cổ cồn trắng", mà còn là đẩy mạnh quyền bình đẳng cho những người lao động nước ngoài được sử dụng không gian công cộng tại Đài Loan và cũng là để thúc đẩy sự giao lưu của nó với xã hội Đài Loan và bóng đá sân cỏ.

Lương Bảo Hoa

Người chứng kiến sự phát triển bóng đá người nước ngoài tại Đài Loan

● Giám đốc điều hành giải đấu của Liên đoàn Bóng đá miền Nam TIFL/ Người chịu trách nhiệm giải đấu Liên đoàn miền Nam T2

Quốc tịch trước đây: Canada

Victor hiện đang là Giám đốc điều hành khu vực phía Nam Liên đoàn bóng đá di dân tại Đài Loan, năm nay anh 55 tuổi. Ngoài tham gia đội "Bóng đá mãi không già", Victor còn làm huấn luyện viên tại trường học Mỹ tại Cao Hùng và cũng đồng thời là giám đốc Liên đoàn bóng đá giải đấu miền Nam TIFL.

Victor mang dòng máu của người Đài Loan, từ nhỏ anh đã cùng gia đình di dân sang Canada. Chính bóng đá đã làm ổn định lại tính tình ương bướng khi anh còn ở tuổi thanh xuân. Sau khi trưởng thành, anh trở về Đài Loan làm việc và tập trung vào bóng đá, thành lập đội bóng, thử thách các trận đấu nghiệp dư. Kể từ những năm 1980 trở lại đây, anh đã chứng kiến lịch sử phát triển của bóng đá người nước ngoài tại Đài Loan. Đến nay đã đi quá nửa đời người, ngoài việc tiếp tục thường xuyên tham gia thể thao bóng đá ra, anh còn liên kết các mối quan hệ quen thuộc trong bóng đá, và tổ chức các cuộc đấu bóng cho những người đam mê bóng đá đến từ các nước khác nhau.

Hòa nhập những trải nghiệm từ bóng đá nước ngoài vào Đài Loan

Robert Iwanicki

● Huấn luyện viên đội tuyển U14 Đài Loan/ Nguyên Huấn luyện viên trưởng đội Royal Blues và đội Sư tử đỏ Đài Bắc

Vào những năm 1980, Robert từ Đức được cử sang Đài Loan làm kỹ sư công nghệ thông tin và điện thoại thông minh. Nhưng sau đó, vì bóng đá mà anh đã bén duyên tại Đài Loan. Vốn tổ chức đội bóng tham gia liên đoàn bóng đá hạng A các doanh nghiệp Đài Loan. Hiện nay, anh đang đảm nhiệm huấn luyện viên đội tuyển U14~U15 Đài Loan. Đến từ một đất nước Châu Âu giàu văn hóa về thể thao bóng đá. Sự trưởng thành của Robert chính là từ những ảnh hưởng của sự nhiệt huyết và niềm tin của anh với bóng đá. Anh là người sớm thích nghi và yêu mến cuộc sống tại Đài Loan, nên anh ấy lại càng muốn cống hiến sự nghiệp đam mê bóng đá của mình cho Đài Loan, tiếp tục bồi dưỡng nhân tài trong bóng đá, xuất bản tạp chí ấn phẩm huấn luyện nước ngoài để quảng bá sự chuyên nghiệp. Đồng thời xây dựng lại đội bóng Royal Blues, hiện nay đội bóng tạm dừng hoạt động để đổi lại diện mạo mới mang bản sắc nội địa hóa.

Mauricio Cortes

Sáng lập Câu lạc bộ bóng đá cộng đồng mang tính quốc tế

●Câu lạc bộ bóng đá Sư tử đỏ thành phố Đài Bắc

Người Colombia

D o sự thuận tiện trong công việc, Mauricio Cortes đến Đài Loan học thạc sĩ khoa quản trị trường Đại học Đài Bắc, cho đến nay anh đã nhận được chứng minh nhân dân Trung Hoa Dân Quốc, trở thành người Đài Loan thực thụ. Anh ấy có thể nói tiếng Trung một cách lưu loát, anh cũng tự lập nghiệp và quản lý công ty riêng của mình. Ngoài công việc ra, anh còn mang trong mình một tình yêu nhiệt huyết với bóng đá từ đất nước mình, anh ấy không chỉ tham gia đá bóng, mà còn kết hợp với sự chuyên nghiệp vốn có để trở thành người dẫn dắt đội sư tử đỏ TP Đài Bắc. Hiện tại anh cũng đã nhận được chứng chỉ huấn luyện viên hạng C do Liên đoàn bóng đá Châu Á cấp.

Mauricio Cortes nói, sân bóng đá Đài Loan luôn không có khán giả, mà chỉ có những cầu thủ đơn phương độc mã trên sân đấu. Bóng đá thực ra không chỉ là thi đấu, nếu có thêm chút đồ ăn, hoạt động và âm nhạc, tương lai sẽ có nhiều người Đài Loan yêu thích bóng đá.

Việt Nam

Kiên trì trở về với món ăn tinh thần - Bóng đá sân cỏ

●Người dẫn dắt Câu lạc bộ bóng đá Taichung Savages

Người Anh

Robert là giáo viên dạy tiếng Anh tại trường tư thục Đài Loan. Vào những ngày nghỉ anh là người triệu tập câu lạc bộ bóng đá Taichung Savages và anh cũng là một tiền đạo xông pha hết mình trên sân đấu. Đến từ nước Anh – Một đất nước được coi là mảnh đất vốn phát triển của nền bóng đá hiện đại. Đối với Robert mà nói, niềm đam mê bóng đá ấy không cần phải có lý do.

Đội bóng của Robert cũng đã từng có những tranh chấp, đánh nhau với đội bạn mà dẫn đến bị khước từ tham gia giải đấu, cấm sử dụng sân bóng, gây ra tình trạng đến nước đường cùng không được đá bóng, dẫn đến đội bóng phải giải tán. Nhưng đây cũng chính là bài học đáng nhớ đối với anh và anh không ngừng cố gắng để tìm cơ hội trở lại với sân cỏ.

Anh ấy nói "Đây chính là sự bền bỉ nơi bóng đá sân cỏ. Chỉ cần có tâm huyết, bạn sẽ luôn có cơ hội trở về với sân bóng".

Oliver Harley

Theo đuổi giấc mộng chinh phục bóng đá cả thế giới Sự phấn đấu của cầu thủ tự do

●Huấn luyện viên trưởng đội bóng Inter Taoyuan

Người Jamaica

Để tìm kiếm cơ hội phát triển nền bóng đá chuyên nghiệp tại Châu Á, Harley Oliver đã đến Đài Loan năm 2001, có những điều bất ngờ đến và cơ hội nhanh đi qua. Là cầu thủ tự do luôn lang thang một mình, đi tìm kiếm cơ hội phù hợp cho các cầu thủ chuyên nghiệp. Olive để theo đuổi giấc mơ của mình, anh thường xuyên phải đối mặt với hiện thực là sự chờ đợi kéo dài, là sự dày vò sau những nếm trải can đảm. Nhưng bản thân anh vẫn tiếp tục không từ bỏ cái nỗ lực ấy.

Anh lang bạt cả thế giới vì bóng đá. Olive cuối cùng tuy không có duyên để biến những giấc mơ theo đuổi nhiều năm thành hiện thực, không có duyên dấn thân vào tòa lâu đài bóng đá chuyên nghiệp. Nhưng anh lựa chọn Đài Loan làm mảnh đất đến phát triển và trở thành huấn luyện viên bóng đá. Tiếp tục truyền tải nhiệt huyết bóng đá của mình cho rất nhiều lớp trẻ ưu tú mới.

Mori Hiroyuki

Phát hiện ra phong cách bóng đá tại Đài Loan mang nhiều nét đa dạng mới mẻ

●Đại diện đội JFC-TAIPEI

Người Nhật Bản

Mori Hiroyuki vào năm 2002 được công ty cử sang Đài Loan, trước đây ở Nhật Bản anh cũng đã đam mê bóng đá. Để được tham gia đá bóng, một trong những việc được chuẩn bị trước khi đến Đài Loan chính là tìm địa điểm và đội bóng. Sau khi đến Đài Loan, anh ấy gia nhập thành viên của đội bóng người Nhật JFC, đội bóng trao đổi giao tiếp bằng tiếng Nhật là chính, chứ không giống như các thành viên của các đội bóng khác hỗn hợp các thành viên đến từ các nước khác nhau như Châu Âu, Mỹ, Nam Phi và Đài Loan v.v... Họ lại giao tiếp bằng tiếng Anh là chính.

Không giống như ở tham gia giải đấu tại Nhật Bản, chỉ có thể đá bóng và thi đấu với các thành viên trong cùng một quốc gia, Morix thấy rằng, giải đấu bóng đá với các đội bóng tại Đài Loan là được giao hữu cùng các thành viên đến từ rất nhiều các quốc gia khác nhau, dân tộc khác nhau và mang phong cách khác nhau. Đó chính là sự trải nghiệm vô cùng mới mẻ và cảm kích.

Ebrima Njie

Phát hiện thấy Châu lục xanh bóng đá tại Đài Loan

●Đại diện cho đội bóng Liên minh Gambia, cầu thủ của đội Inter Taoyuan

 Người Gambia

Ebrima đến từ thủ đô Gambia, Banjo, vào năm 2007 anh ấy đến Đài Loan học đại học theo diện trao đổi sinh viên, cho đến năm 2014 anh đã lấy bằng thạc sĩ. Sau khi tốt nghiệp anh ấy đã ở lại Đài Loan làm kỹ sư và giáo viên dạy tiếng Anh. Hiện nay anh ấy đã lấy được thẻ cư trú vĩnh viễn. Bằng niềm đam mê bóng đá, anh ngoài việc tranh thủ thời gian rảnh tổ chức đội bóng Gambia tại Đài Loan, thì anh còn là cầu thủ tiền đạo của đội bóng Inter Taoyuan. Anh đã tự tìm cho mình Châu lục xanh bóng đá tại Đài Loan.

Đội bóng Gambia gặp phải vấn đề lớn nhất là mọi người ở rải rác khắp nơi Nam Bắc Đài Loan, nên việc gắn kết không hề dễ dàng, lại càng khó khăn hơn trong việc luyện tập cố định. Đặc biệt là vào năm 2013, sau khi Đài Loan và Gambia cắt đứt mối quan hệ ngoại giao, thì đội bóng dường như là những gì mà những người đam mê bóng đá của đội Gambia tại Đài Loan được gắn kết với quê hương, đất nước, được trở về với chính quê mẹ

Muhammad Al Furqon Soleh

Người tiên phong trong bóng đá di dân vượt qua lao động "Cổ cồn xanh" để trở thành lao động "Cổ cồn trắng

Người Inđônêxia

Anh Muhammad Al Furqon Soleh đến từ Inđônêxia, anh đã từng là nhân vật mang linh hồn của làng bóng đá di công tại Đài Loan. Anh đã từng làm việc 21 năm tại Hàn Quốc, Nhật Bản và Đài Loan. Cho đến khi anh cùng ông chủ người Nhật của mình đến Đài Loan làm việc, anh bắt đầu tham gia đá bóng. Kinh nghiệm nhiều năm làm việc tại nước ngoài khiến anh rất dễ dàng đi vào giai cấp lao động "Cổ cồn trắng" tại Đài Loan, hay các phong trào bóng đá của người Đài Loan. Anh chủ động tìm kiếm nguồn tài trợ của người Đài Loan như tìm sân bóng và cơ hội tổ chức giải đấu cho lao động Inđônêxia. Hơn thế nữa, anh còn thúc đẩy hình thành sự phát triển của phong trào bóng đá di công các nước Việt Nam, Inđônêxia, Thái Lan và gắn kết trao đổi giao lưu bóng đá giữa lao động "Cổ cồn xanh" và lao động "Cổ cồn trắng".

Năm 2019 anh Muhammad Al Furqon Soleh đã trở về quê hương Inđônêxia của mình sau bao nhiêu năm xa cách. Hiện tại anh ấy ngoài theo đuổi công việc chuyên nghiệp theo ngành ăn uống ra, đồng thời anh còn tích cực giúp đỡ các hoạt động bóng

野地球生

台灣移民工足球紀事

239

Saptono

Chứng kiến sự phát triển của Liên minh bóng đá Inđônêxia tại Đài Loan

● Trọng tài TISL liên minh bóng đá Inđônêxia tại Đài Loan

   Người Inđônêxia

Saptono khi còn ở Inđônêxia đã từng được huấn luyện và đào tạo trong trường bóng đá. Anh đã đặt nền móng cơ bản cho tình yêu đam mê bóng đá. Vào năm 2001, anh đến làm việc tại miền Nam Đài Loan. Lúc đầu anh tham gia vào đội bóng của những người lao động Thái Lan. Nhưng sau đó, anh đã tìm được rất nhiều đồng hương người Inđônêxia có cùng niềm đam mê bóng đá và tập hợp lại thành đội chơi bóng đá. Vào năm 2012, tổ chức giải bóng đá Inđônêxia đầu tiên tại Đài Loan. Vào năm 2014, chính thức thành lập liên đoàn bóng đá Inđônêxia tại Đài Loan, và tổ chức giải bóng đá Inđônêxia Bắc – Trung – Nam trên toàn Đài Loan.

và định cư tại Đài Loan. Vài năm gần đây, anh ấy dồn hết tâm huyết vào bóng đá, từ một cầu thủ bóng đá chuyển thành trọng tài bóng đá. Anh ấy cảm thấy khi đứng trên sân bóng, để chỉ huy trận đấu bằng phương pháp chuyên nghiệp, công bằng không thiên vị là một thử thách rất thú vị. Anh ấy nhấn mạnh, bóng đá bầu bạn với người lao động, khiến cho những người đồng hương được cùng nhau giải tỏa chia sẻ niềm vui nỗi buồn và cùng chung tay giúp đỡ lẫn nhau. Đây chính là động lực cho bản thân anh tiếp tục kiên cường phấn đấu tiến lên phía trước.

PHANET. PHONGSAI

Chứng kiến sự phát triển của liên minh bóng đá Thái Lan tại Đài Loan

● Người dẫn dắt đội bóng Liching tại Đào Viên

Người Thái Lan

V ào năm 1998, đó là những năm đầu tiên mà Đài Loan mở cửa mời lao động nước ngoài vào làm việc. PHANET. PHONGSAI lúc đó khi vừa mới tốt nghiệp trường cao đẳng, nghe công ty môi giới nói, đến Đài Loan là có bóng để đá, thế là anh quyết định đến Đài Loan làm việc. Sợ rằng đến Đài Loan không mua được giày đá bóng tốt, thế là hành lý của anh ấy chẳng có gì, ngoài một đội giày đá bóng và thế là anh sang Đài Loan. Công ty môi giới Đài Loan hỏi anh ấy : Bạn đến Đài Loan kiếm tiền hay đến Đài Loan để đá bóng?

Anh ấy lập gia đình kết hôn tại Đài Loan, làm công tác quản lý lao động nước ngoài tại công xưởng. Nhiều năm gần đây anh ấy dốc sức tổ chức các đội bóng lao động Thái Lan. Mong rằng từ tình yêu bóng đá ấy sẽ dẫn dắt những người trẻ tuổi rời xa quê hương tránh xa sự dụ dỗ bởi ma túy, cờ bạc và rượu bia, mà hãy chăm chỉ làm việc và sống lành mạnh tại Đài Loan. Để từ đây bình an trở về quê hương với những ước mơ mang theo trở thành hiện thực.

野地球生

台灣移民工足球紀事

241

Artit Buaktuaisong

Thúc đẩy bồi dưỡng đào tạo các cầu thủ bóng đá người Thái Lan tại Đài Loan

● Huấn luyện viên đội bóng đá Liching
Người Thái Lan

Vào năm 2006, Artit Buaktuaisong khi vừa tốt nghiệp Đại học tại Thái Lan, cũng là lần đầu tiên anh bước chân sang Đài Loan làm việc. Lúc đầu, anh cùng với các bạn lao động người Thái lan thành lập đội bóng, tham gia thi đấu bóng đá fusal 5 người. Vào năm 2017, anh lại được có sự sắp xếp của công ty môi giới điều động anh sang Đài Loan làm việc. Lần này anh gánh thêm trọng trách trên vai là ngoài thời gian làm việc ra, anh còn thêm nhiệm vụ chỉ đạo đội bóng Liching Thái Lan tại Đài Loan.

So với lần trước, thì lao động nước ngoài hiện nay tại Đài Loan ngoài tham gia các giải do Liên đoàn bóng đá tổ chức, tham gia giải tranh cúp ra, thì còn rất nhiều các giải đấu nghiệp dư lớn nhỏ tổ chức ở nhiều nơi, quy mô của đội bóng cũng ngày một lớn mạnh. Đặc biệt là được trao đổi giao lưu với rất nhiều đội đến từ các nước khác nhau. Đây thực sự là cuộc trải nghiệm chưa từng có của anh ấy cho dù là ở Thái Lan hay là lần đầu tiên khi anh ấy bước chân đến Đài Loan. Vì vậy, anh ấy rất ngưỡng mộ các cầu thủ hiện nay có được nhiều kinh nghiệm phong phú hơn trong thi đấu.

Jirawat Daeugkliang

Cầu thủ chuyên nghiệp chuyển sang đá bóng lao động nước ngoài tại Đài Loan

● Cầu thủ đội bóng Liching, cầu thủ trợ giúp cho đội Inter Taoyuan

Năm 2018, sau khi Jirawat thôi học tại khoa toán trường Đại học Sư phạm Sisaket, qua sự giới thiệu của thầy giáo, anh tới Thành phố Tân Bắc, Đài Loan làm việc. Tuy mới 20 tuổi, nhưng Jirawat luôn là thành viên của đội bóng đá đại diện cho trường từ suốt những năm tiểu học đến đại học. Trong thời gian học đại học, anh chơi cho câu lạc bộ futsal của trường Sisaket mang hình thức chuyên nghiệp và tham gia giải đấu futsal chuyên nghiệp ở Thái Lan.

Sau khi đến Đài Loan, ngoài giờ làm việc, anh tham gia đội bóng Liqing (Đào Viên) - đội bóng đá di công Thái Lan, và trở thành trợ công đắc lực cho đội bóng này. Sau hơn 1 năm được ban huấn luyện dẫn dắt, Jirawat đã được chọn là chân sút ngoại binh châu Á cho đội Inter Taoyuan , mở ra cho anh một sự nghiệp bóng đá chuyên nghiệp, tập luyện với cường độ cao đầy thách thức"

Hoàng Trọng Hiển

Bùng cháy tâm hồn bóng đá

● Đội trưởng đội bóng Choa 37 (2015 ～ 2018)

Người Việt Nam

Hoàng Trọng Hiển đến từ cái nôi của nền bóng đá Việt Nam - Nghệ An. Thật không ngờ rằng, do sau khi bị chấn thương mà anh đã đứt gánh sự nghiệp bóng đá đội tuyển quốc gia Việt Nam và buộc anh phải sang Đài Loan làm việc, bắt đầu làm lại cuộc sống.

Năm 2016, khi đó do những quy định về luật tại Đài Loan và phí môi giới với mức cao, mà Hoàng Trọng Hiển đã buộc phải lựa chọn con đường trở thành lao động bất hợp pháp. Bắt đầu trải nghiệm những công việc vô cùng nguy hiểm kịch tính, đầy thử thách gian nan tại Đài Loan. Trong những tháng ngày bất an gian khổ ấy, anh đã tham gia các giải đấu bóng đá di dân. Chính điều này đã mang lại cho anh những tia hy vọng lớn lao và dũng khí phấn đấu không mệt mỏi. Năm 2019, lần đầu gặp phải đội cảnh sát của Sở di dân Đài Loan bắt giữ, và anh đã bị trục xuất về nước. Nhưng ký ức chiến đấu hết mình trong các giải đấu bóng đá di dân Taiwan Cup đã thôi thúc anh tiếp tục thực hiện tình yêu đam mê bóng đá cháy bỏng bằng hành động thực tiễn.

Trần Văn Tú

Vượt lên trên quốc tịch và giai cấp về sự bình đẳng trong bóng đá

● Đội trưởng đội bóng Hải Dương tại Đài Bắc

Trần Văn Tú sinh ra tại vùng quê thuộc tỉnh Hải Dương. Năm 2008, khi ấy anh mới hơn hai mươi tuổi đầu, vì thực hiện ước mơ kiếm tiền lập nghiệp, mở cho mình tiệm chụp ảnh, mà anh đã đến Đài Loan làm việc. Vào những ngày nghỉ, anh cùng một nhóm bạn bè trẻ tuổi người đồng hương có cùng niềm đam mê bóng đá cháy bóng đã hẹn hò cùng trái bóng. Tận dụng khoảng trống nho nhỏ của các trường học để thỏa mãn niềm hạnh phúc trong bóng đá.

Sau khi trở về quê hương làm tròn ước nguyện mở tiệm và cưới vợ. Nhưng vì muốn kiếm thêm vốn, anh đã đưa vợ cùng sang Đài Loan làm việc kiếm tiền. Anh ấy sợ rằng, vào ngày nghỉ bận rộn với việc tổ chức bóng đá đồng hương mà không thể bầu bạn cùng vợ. Nhưng trái lại, vợ anh ấy lại động viên khích lệ. Để được cùng bạn bè đồng hương ở nơi đất khách quê người có cùng mục tiêu theo đuổi giấc mộng đam mê, thực sự là hồi ức tuyệt vời hiếm có trong cuộc đời con người.

Nguyễn Nhân Tài

Đến Đài Loan làm việc vì có bóng đá

● Đội trưởng đội bóng Choa 37 - Việt Nam

X uất thân từ đội bóng đá đại diện tỉnh Nghệ An, Việt Nam – Nguyễn Nhân Tài. Năm 2013, do chấn thương nghiêm trọng, không thể tiếp tục đá bóng. Từ nhỏ với niềm đam mê bóng đá cháy bỏng và được tuyển vào đào tạo huấn luyện bóng đá theo trường bóng đá chuyên nghiệp bài bản như anh. Nhưng nay phải từ giã sân cỏ thì đây dường như sự nghiệp bóng đá ấy đã hoàn toàn sụp đổ dưới chân anh. Sau đó, được biết Đài Loan cũng có bóng đá dành cho lao động, điều ấy đã lôi cuốn anh đến Đài Loan làm việc.

Ở nhà nhờ bố mẹ, ra ngoài nhờ bạn bè, cuộc sống lao động ở Đài Loan tuy vất vả, nhưng đã có bạn bè đồng hương cùng bầu bạn đá bóng. Anh vui mừng vì mình có cơ hội đến làm việc tại một đất nước có hoạt động bóng đá dành cho lao động nước ngoài. Hy vọng rằng, sẽ truyền tải cảm hứng từ niềm đam mê bóng đá cháy bỏng của người Việt Nam đến càng nhiều người Đài Loan. Cùng nhau nỗ lực để nền bóng đá Đài Loan phát triển giống như sự hâm mộ đối với môn bóng chày.

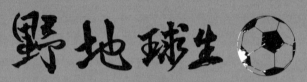

野地球生

ฟรีคิกในแดนดิบ

เรื่องราวของกีฬาฟุตบอลในกลุ่มแรงงานข้ามชาติในไต้หวัน

Bulla

ฟุตบอลผู้ตั้งถิ่นฐานใหม่หลอมรวมฟุตบอลราก หญ้าไต้หวันสู่อนาคตที่แข็งแกร่ง

Chiou, I-Jen / ชิวอี้เหริน นายกสมาคม CTFA

ฟุตบอลเป็นกีฬาที่ได้รับความนิยมมากที่สุดในโลก   การมีส่วนร่วมอย่างกระตือรือร้นในกีฬา ฟุตบอลของมวลชนในสังคมเป็นเหตุผลหลักให้เกิดความนิยมอย่างแพร่หลายระดับชาติ ช่วงหลาย ปีมานี้   ความนิยมในกีฬาฟุตบอลระดับคนรากหญ้าในไต้หวันมีพัฒนาการอย่างต่อเนื่องในคนทุก เพศทุกวัย   โดยที่น่าจับตามองมากที่สุดเห็นจะเป็นกลุ่มผู้ตั้งถิ่นฐานใหม่ โดยเฉพาะกลุ่มแรงงาน ระดับบลูคอลลาร์จากประเทศอาเซียนซึ่งหอบความชื่นชอบในการกีฬาฟุตบอลข้ามน้ำข้ามทะเล มายังไต้หวัน

แรงงานข้ามชาติระดับบลูคอลลาร์ในภูมิภาคเอเชียมีบทบาทสำคัญทั้งทางเศรษฐกิจ สังคมและ สิทธิมนุษยชน สำหรับพวกเขาแล้วฟุตบอลเป็นกีฬาที่ผ่อนคลายแรงกดดันจากการทำงาน สลัด ความคิดถึงบ้าน และทำให้มีตัวตนในสังคม ที่สำคัญยังทำให้ชาวไต้หวันรู้จักสังคมแรงงานข้ามชาติ ลึกซึ้งขึ้น ลบความคิดด้านลบให้เจือจางลง

ไต้หวันเป็นประเทศแห่งการตั้งถิ่นฐานใหม่ประเทศหนึ่ง ตั้งแต่ยุคที่ถูกญี่ปุ่นปกครองทีมฟุตบอล ทีมแรกของไต้หวันถูกก่อตั้งขึ้นโดยชาวอังกฤษ ส่วน "ทีมฟุตบอลตัวแทนไต้หวัน สาธารณรัฐจีน" ก่อตั้งขึ้นโดยชาวฮองกงในไต้หวันซึ่งทำการแข่งขันระดับเอเชียและโชว์ผลงานได้ยอดเยี่ยมมาแล้ว จนถึงวันนี้การแข่งขันฟุตบอลแรงงานข้ามชาติและผู้ตั้งถิ่นฐานใหม่พัฒนาไปอย่างรวดเร็วและกำลัง ได้รับความนิยมในกลุ่มนักเตะรากหญ้าของไต้หวันและการแข่งขันก็กำลังกลายเป็นวัฒนธรรมแห่ง การแลกเปลี่ยน

รากฐานที่มั่นคงเท่านั้นที่สามารถยกระดับความสามารถในการแข่งขันฟุตบอลโดยรวมของ ไต้หวันได้ ด้วยเหตุนี้ สมาคมฟุตบอลแห่งไชนีสไทเป(CTFA) จึงทุ่มเทให้กับการพัฒนาฟุตบอล ระดับรากหญ้า จนได้รับรางวัลการันตีถึงความมุ่งมั่นจากสมาพันธ์ฟุตบอลเอเชีย (AFC) สองปีซ้อน นับเป็นครั้งแรกที่สมาพันธ์ฟุตบอลนานาชาติแสดงความสนับสนุนกีฬาฟุตบอลภาคประชาชนของ ไต้หวันและหวังว่าการเชื่อมโยงระหว่างแรงงานข้ามชาติผู้ตั้งถิ่นฐานใหม่กับคนท้องถิ่นด้วยฟุตบอล จะอุดมไปด้วยความหลากหลายของวัฒนธรรมระดับประชาชนและเป็นพลังแห่งการพัฒนาสืบไป

Football can continue to break down existing prejudices

DATO' WINDSOR JOHN
Asian Football Confederation, General Secretary

สวัสดีเพื่อนพี่น้องที่รักทุกท่าน

พวกเราสมาพันธ์ฟุตบอลเอเชีย Asian Football Confederation (AFC) มีความยินดีอย่างสูง ที่ได้สนับสนุนการตีพิมพ์หนังสือ ฟรีคิกในแดนดิบ ("Freekick in the Wild Field" เล่มนี้ ของ Global Workers' Organization (GWO)

เมื่อช่วงเดือนมกราคม 2016 ทางสมาพันธ์ฯ (AFC) ประกาศภารกิจและโครงการในอนาคตซึ่ง การพัฒนาสังคมกีฬาฟุตบอลเป็นหนึ่งในกิจกรรมหลักและก็เป็นเป้าหมายการพัฒนาของทางสมา พันธ์ฯ ในอีกสี่ปีข้างหน้า และนับตั้งแต่มี Dream Asia Foundation ในช่วงสามปีที่ผ่านมาเรา ได้ช่วยเหลือสมาชิกหน่วยงานมาแล้ว 22 แห่ง กว่า 30 โครงการ ซึ่งก็ทำให้เรารู้สึกภาคภูมิใจกับ ความผลงานความสำเร็จที่ผ่านมา

และในปี 2020 นับเป็นครั้งแรกที่ทางสมาพันธ์ฯ ได้ให้การสนับสนุนโครงการของไชนีสไทเปเพื่อ ช่วยเหลือแรงงานข้ามชาติได้สัมผัสถึงความอบอุ่นของบ้านเกิดด้วยฟุตบอล ซึ่งโครงการดังกล่าวได้ เชื่อมโยงความสัมพันธ์ระหว่างเพื่อนแรงงานข้ามชาติอินโดนีเซีย เวียดนามและไทยที่หลงใหลใน กีฬาและทำให้พวกเขาค้นพบแรงสนับสนุนจากเพื่อนร่วมชาติด้วย

จากการตีพิมพ์หนังสือเล่มนี้ เราขอแสดงความยินดีกับ GWO เกี่ยวกับความสำเร็จของโครงการ ฟุตบอลแรงงานข้ามชาติที่ดำเนินการมาตั้งแต่ปี 2015 และด้วยการสนับสนุนของมูลนิธิ Dream Asia แห่ง AFC เราคาดหวังว่าฟุตบอลจะยังคงเอาชนะอคติที่มีอยู่และพัฒนาสังคมแบบบูรณาการ ต่อไป

พวกเราสมาพันธ์ฟุตบอลเอเชีย (AFC) ขอขอบคุณสมาคมฟุตบอลแห่งไชนีสไทเป(CTFA) ที่ ให้การสนับสนุนการแข่งขันฟุตบอลรายการนี้อย่างต่อเนื่องพร้อมเรียนเชิญทุกท่านที่มีส่วนร่วมใน การเขียนหนังสือเล่มนี้ร่วมกันเฉลิมฉลองกับความสำเร็จในครั้งนี้ด้วย

สนามฟุตบอลความรักเล็กๆ
ของเหล่านักเตะแรงงานข้ามชาติ

คุณสวีรุ่ยซี (Karen Hsu) นายกสมาคมชาวต่างชาติที่ทำงานในไต้หวัน (GWO)

ในช่วงปี 2015 บริเวณนอกสถานีรถไฟไทเป ดิฉันบังเอิญเห็นทีมฟุตบอลแรงงานอินโดนีเซียใน
ชุดนักฟุตบอลเต็มฟอร์มแจกใบปลิวเชื้อเชิญเพื่อนร่วมชาติให้ไปดูการแข่งขันฟุตบอล สัญชาตญาณ
นักข่าวของดิฉันก็ผุดขึ้นมาและปรี่เข้าไปไถ่ถาม   จากนั้นไม่นานโชคชะตาก็ลิขิตให้มีการติดต่อ
ประสานงานกับทีมฟุตบอลแรงงานอย่างเป็นเรื่องเป็นราวหลังจากก่อตั้งสมาคม GWO

ช่วงปี 2015 การจัดการแข่งขันฟุตบอลแรงงาน Taiwan Cup เป็นไปอย่างทุลักทุเลเพราะ
ปราศจากงบสนับสนุนแต่ก็ได้รับความช่วยเหลือจากเพื่อนๆ   แรงงานเหล่านี้อย่างสุดตัวจึงทำให้
ผ่านพ้นไปได้ด้วยดี และตอนนั้นออฟฟิตของสมาคมก็กลายเป็นเวทีย่อมๆ ให้กับแรงงานเวียดนาม
เพื่อใช้ในการฝึกซ้อมการแสดงแบบไม่คิดค่าใช้จ่าย   แต่พอเมื่อพวกเขาได้ยินว่าทางสมาคมจะเป็น
เจ้าภาพจัดการแข่งขันฟุตบอลจึงเสนอตัวเป็นอาสาสมัครทำงานตลอดจนจบการแข่งขัน

ในการแข่งขันยอมมีฝ่ายแพ้ฝ่ายชนะ   แต่ด้วยน้ำใจนักกีฬาทำให้ทุกคนกลับกลายเป็นเพื่อนกัน
และหลอมรวมเป็นมิตรภาพที่ไม่แบ่งแยกเชื้อชาติ ชนชั้นว่าเป็นแรงงานระดับไวท์หรือบลูคอลลาร์
และทำให้เส้นแบ่งระหว่างชาวไต้หวันและแรงงานข้ามชาติเริ่มจางลง Taiwan Cup 2015 ได้รับ
ความสนใจจากสื่อท้องถิ่น และสื่อเวียดนาม อินโดนีเซีย เป็นอย่างมาก ทำให้ความเคลื่อนไหวของ
กีฬาฟุตบอลแรงงานข้ามชาติในไต้หวันเริ่มประจักษ์แก่สายตาชาวไต้หวัน นับเป็นการเปิดหน้าใหม่
ให้แก่วงการกีฬาฟุตบอลแรงงานข้ามชาติในไต้หวัน

ช่วงปี 2017 สมาคม GWOขาดงบประมาณสนับสนุน จำต้องยุติการทำงานลง และไม่สามารถ
เป็นเจ้าภาพจัดการแข่งขัน Taiwan Cup ได้ แต่เพื่อนแรงงานต่างชาติเหล่านี้ก็ยังคงติดต่อสอบถาม
กับทางเราผ่านทางสังคมออนไลน์รูปแบบต่างๆ ว่า เมื่อไหร่จะจัดการแข่งขันเสียที การจัดTaiwan
Cup ช่วงหลายปีที่ผ่าน แต่ละครั้งทางสมาคมต้องกังวลกับปัญหารอบด้าน ไม่ว่าจะเป็นการรักษา
ความสงบเรียบร้อยของพี่น้องแรงงานต่างชาติ   ค่าใช้จ่ายรวมถึงสถานที่จัดงาน   แต่สุดท้าย   ผู้
สนับสนุนหลักของการจัดงานที่ผ่านมาก็เป็นใครไปมิได้นอกจากพี่น้องแรงงานข้ามชาติที่ยอมรับ
และพร้อมจะมีส่วนร่วมกับTaiwan Cup อย่างเต็มภาคภูมินั่นเอง อย่างเช่น Taiwan Cup2019

รอบชิงชนะเลิศ เราได้รับความช่วยเหลือจากเทศบาลกรุงไทเปเรื่องสถานที่เป็นสนามกีฬาที่จัดการ
แข่งขันกีฬามหาวิทยาลัยโลกที่มีพื้นที่กว้างใหญ่เกินงบประมาณจัดงานไปมาก ดิฉันจึงรู้สึกกดดัน
จนนอนไม่หลับได้แต่ภาวนาให้เงินที่มีอยู่พอกับค่าใช้จ่าย   ทั้งเพื่อนร่วมงานชาวอินโดนีเซียและ
เวียดนามก็ช่วยกันภาวนาด้วย ไม่นาน เนื่องจากกัปตันทีมฟุตบอล HAI DUONG FC ที่มีชื่อเสียง
ของเวียดนามเสียชีวิตลงกระทันหัน   เพื่อเป็นการระลึกถึงเขาผู้ล่วงลับที่อุทิศตนเพื่อฟุตบอลจึง
ตัดสินใจจัด Taiwan Cup ขึ้นและสำเร็จลุล่วงไปด้วยดีด้วยเงินบริจาคจากพี่น้องแรงงานเหล่านี้

    GWO เปิดให้บริการหลายด้านด้วยใจรักงานบริการ โดยเฉพาะการช่วยเหลือแรงงานข้ามชาติ
สโลแกนของสมาคมคือ เพื่อนแรงงานข้ามชาติเท่าเทียมกับชาวไต้หวัน ด้วยเหตุนี้จึงมีการระดม
เพื่อนพ้องชาวแรงงานข้ามชาติให้เข้ามามีส่วนร่วมปฏิบัติงานเพื่อกิจกรรมที่พวกเขารัก

    ช่วงปลายปี 2019 ฉันครบวาระการดำรงตำแหน่งนายกสมาคม 6 ปี ตลอดระยะการทำงาน
ให้กับ GWO ประสบความยากลำบากในการยืมสนามกีฬาเฉพาะในวันอาทิตย์เพื่อให้แรงงานข้าม
ชาติได้มีกิจกรรมฟุตบอลในวันหยุดพักผ่อน และเกือบทุกๆ วันอาทิตย์ ดิฉันตระเวนไปตามสนาม
กีฬาหลายแห่งทั่วไต้หวันเพื่อร่วมรายการแข่งขันฟุตบอลแรงงาน ภายใต้แสงแดดอันแผดเผาเหงื่อ
ก็ไหลไคลก็ย้อยซึ่งสภาพไม่ต่างจากนักกีฬาที่อยู่ในสนามเลย

    เพื่อนแรงงานข้ามชาติจากหลากหลายประเทศได้ปลุกความมีชีวิตชีวาให้กับพื้นสนามหญ้า
ของไต้หวัน   พวกเขามาด้วยความกล้าหาญที่จะล่าฝันและเต็มเปี่ยมไปด้วยพลังในการแลกเปลี่ยน
วัฒนธรรมที่หลากหลาย ดิฉันขอฝากคำพูดไปถึงพวกเขาด้วย : ด้วยใจที่ไม่ยอมแพ้ แม้ร่างกายจะ
อยู่ต่างแดนที่ลำบาก แต่ความฝันก็ยังสามารถเบ่งบานได้อย่างอิสระ   !

พลังเตะพลิกแผ่นดินต่างแดนเป็นบ้านเกิด
ประวัติโดยย่อ พัฒนาการฟุตบอลระดับรากหญ้า
ของไต้หวันเกี่ยวพันธ์กับชาวต่างชาติ
ในไต้หวันอย่างใกล้ชิด

ผู้เขียน ／ ชือหยวนเหวิน และ จางข่ายเวย

กีฬาฟุตบอลยุคปัจจุบันของไต้หวันก็เช่นเดียวกับกีฬาเบสบอลและบาสเกตบอลที่ถูกนำเข้ามา โดยชาวต่างชาติ   ชาวต่างชาติในไต้หวันมีส่วนเกี่ยวพันธ์กับพัฒนาการฟุตบอลระดับรากหญ้าของ ไต้หวันอย่างใกล้ชิด

ช่วงทศวรรษ 1949 – 1970 ในยุคที่ญี่ปุ่นปกครองไต้หวัน นักเตะในทีมฟุตบอลไต้หวันส่วนใหญ่ เป็นชาวฮ่องกง   แล้วก็ชาวจีนอพยพ   ที่ได้รับคัดเลือกจากรัฐบาลจึงก่อตั้งเป็นทีมฟุตบอลตัวแทน สาธารณรัฐจีน และก็ได้สร้างผลงานอันรุ่งโรจน์ในยุคนั้น

ช่วงทศวรรษ 1970 ไต้หวันถอนตัวจากการเป็นสมาชิกองค์การสหประชาชาติ ผลงานฟุตบอล ระดับนานาชาติจึงแย่ลงเรื่อยๆ   ส่งผลให้การพัฒนาฟุตบอลภายในประเทศหยุดชะงักจนกระทั่ง ไม่เป็นที่นิยมในกลุ่มประชาชนรากหญ้าอีกเลย   และทีมฟุตบอลส่วนใหญ่เป็นของรัฐวิสาหกิจและ กองทัพ

ช่วงปี 1986 ไต้หวันเข้าสู่การปกครองระบอบประชาธิปไตยเต็มรูปแบบ จึงมีการพัฒนาทางด้าน เศรษฐกิจอย่างก้าวกระโดดส่งผลให้ชาวต่างชาติเดินทางเข้ามาทำงานในไต้หวันเพิ่มมากขึ้นเรื่อยๆ พร้อมกับนำวัฒนธรรมกีฬาที่ตนเองรักเข้ามาด้วยและเมื่อมีการเชื่อมโยงเข้ากับสังคมไต้หวันจึงเป็น ตัวกระตุ้นให้ฟุตบอลระดับรากหญ้าของไต้หวันมีชีวิตชีวาขึ้น

ชาวต่างชาติในไต้หวันมีบทบาทสำคัญในการพัฒนาฟุตบอลท้องถิ่นเป็นอย่างมากและได้สร้าง ความเป็นธรรมชาติที่แข็งแกร่งและมีสีสันให้กับกีฬาฟุตบอลระดับรากหญ้า   ซึ่งแตกต่างโดยสิ้นเชิง กับทีมฟุตบอลแห่งชาติที่สร้างผลงานที่โดดเด่นค้างฟ้าก่อนหน้านี้

หนังสือเล่มนี้ได้สัมภาษณ์ทีมนักเตะต่างชาติพร้อมสำรวจความเชื่อมโยงระหว่างฟุตบอลคนต่าง ถิ่นในไต้หวันกับการพัฒนาฟุตบอลระดับรากหญ้าของไต้หวัน

ช่วงทศวรรษ 1980 ชาวต่างชาติที่เข้ามาทำงานในไต้หวันส่วนใหญ่เป็นระดับบริหาร(แรงงาน

ระดับไวท์คอลลาร์) จากประเทศที่มีการพัฒนาด้านอุตหกรรมล้ำหน้า หลังจากนั้น ในปี 1998 ไต้หวันเริ่มต้องการแรงงานข้ามชาติที่ใช้แรงงานหนัก (ระดับบลูคอลลาร์) จากประเทศอาเซียน เมื่อ นำมาเปรียบเทียบกัน แรงงานไวท์คอลลาร์ส่วนใหญ่มาจากประเทศที่พัฒนาแล้ว จบการศึกษา ระดับสูง(จึงจะถูกส่งตัวมาทำงาน) เงินเดือนสูง และไม่ค่อยมีข้อจำกัดด้านกฎหมาย ส่วนแรงงาน ระดับบลูคอลลาร์ที่มาจากประเทศที่มีความล้าหลังทางด้านเศรษฐกิจ การศึกษาและการปกครอง อย่าง ไทย อินโดนีเซีย เวียดนามและฟิลิปปินส์ จะมีระดับการศึกษาที่ต่ำกว่า เงินเดือนน้อยกว่า และมีข้อจำกัดทางกฎหมายมากกว่า โดยเฉพาะไม่มีสิทธิเปลี่ยนนายจ้างได้อย่างอิสระ ในความคิด ของชาวไต้หวันทั่วไปจะมีความชื่นชมและชื่นชอบแรงงานระดับไวท์คอลลาร์จากประเทศที่พัฒนา แล้วอย่างยุโรป อเมริกาและญี่ปุ่นมากกว่า ในขณะเดียวกันก็รู้สึกอคติกับแรงงานระดับบลูคอลลาร์ เพราะมาจากประเทศล้าหลังและทำงานในสภาพแวดล้อมที่ชาวไต้หวันไม่พึงปรารถนา (ลำบาก สกปรก อันตราย) แต่ไม่ว่าจะเป็นแรงงานระดับไหนก็เผชิญอุปสรรคเกี่ยวกับการพัฒนาฟุตบอลใน กลุ่มชาวต่างชาติด้วยกันทั้งสิ้นเพราะไต้หวันมีจำนวนสนามฟุตบอลจำกัด การขอใช้สนามฟุตบอล ของโรงเรียนหรือราชการต้องยื่นขอตามระเบียบซึ่งก็ต้องกรอกรายละเอียดและข้อมูลเป็นภาษาจีน การจัดกิจกรรมต่างๆ ล้วนมีข้อจำกัด และมีระเบียบคืนสถานที่กลับสู่สภาพเดิมค่อนข้างยุ่งยาก ค่า เช่าสนามฟุตบอลก็ไม่ถูก โดยทั่วไป การเช่าครึ่งวัน จะมีค่าเช่าราว 4000-10000 ดอลลาร์ไต้หวัน หากมีการยืมอุปกรณ์ต่างๆ อาทิ โกลด์ประตู บอร์ดนับคะแนน ก็มีค่าใช้จ่ายจิปาถะเพิ่มขึ้นมา อีก และค่ามัดจำที่ต้องจ่ายล่วงหน้าประมาณหกหลักด้วย ล้วนเป็นภาระหนักทั้งสิ้น ยิ่งไปกว่านั้น สนามฟุตบอลส่วนใหญ่ในปัจจุบันมีระบบการจัดการแบบอิเล็กทรอนิกส์ เนื่องจากชาวต่างชาติ ไม่รู้ข้อมูลการใช้สถานที่ที่กระจ่างชัดอาจส่งผลให้สิทธิการยืมสถานที่เป็นไปอย่างไม่ราบรื่น จึงต้อง อาศัยการเข้าร่วมแข่งขันตามทัวร์นาเมนต์และลีกคัพต่างๆ ที่จัดขึ้น

นอกจากนี้ เรื่องของเชื้อชาติ ชนชั้นแรงงาน ภาษาและการเหยียดวัฒนธรรมกลายเป็นข้อจำกัด

ในการเข้าใช้สนามฟุตบอลและทรัพยากรต่างๆ ของแรงงานจากภูมิภาคอาเซียน ที่ผ่านมา การแข่งขันฟุตบอลแรงงานข้ามชาติส่วนมากจะยืมสถานที่ได้แต่ในพื้นที่ห่างไกลและมีพื้นหญ้าที่ไม่สมบูรณ์ แถมยังต้องคำนึงถึงภาระเรื่องค่าเช่าสถานที่อีกด้วย แต่หากมีการจัดการแข่งขันในสถานที่ชุมชมอย่างโรงเรียน สวนสาธารณะหรือสถานที่สาธารณะอื่นๆ ก็ถูกมองอย่างแบ่งแยกชัดเจน

กีฬาฟุตบอลในไต้หวันปัจจุบันไม่เป็นที่นิยมจึงไม่สามารถดึงดูดแฟนบอลให้เพิ่มจำนวนมากขึ้น ส่งผลให้มีความยากในการต่อยอดทางธุรกิจและวางแผนเพื่อการพัฒนาในอนาคต ด้วยเหตุนี้ ทีมฟุตบอลจึงเผชิญปัญหาเรื่องเงินสนับสนุน ทีมฟุตบอลแรงงานระดับไวท์คอลลาร์ เนื่องจากรวมตัวกันฝึกซ้อมและมีความถี่ในการเข้าร่วมการแข่งขัน ทำให้มีโอกาสท้าแข่งในระดับที่สูงขึ้นบ่อยครั้ง ก็ยิ่งทำให้มีค่าใช้จ่ายมากขึ้น ดังนั้นความต้องการด้านเงินทุนเร่งด่วนจึงเป็นเรื่องที่เลี่ยงไม่ได้ นอกจากนักเตะต้องจ่ายค่าธรรมเนียมด้วยตัวเองแล้วยังต้องหาเงินสนับสนุนเพิ่มด้วย มิฉะนั้นอาจประสบปัญหาสภาพคล่องและต้องยุบทีมในที่สุด ส่วนนักเตะแรงงานระดับบลูคอลลาร์ก็เผชิญปัญหาด้านเวลาเพราะไม่มีวันหยุดที่แน่นอนทำให้เวลาฝึกซ้อมน้อย โอกาสที่จะได้ร่วมการแข่งขันจึงน้อยตามไปด้วย และเสียเปรียบด้านการเข้าถึงเงินทุนสนับสนุนสำหรับการเข้าร่วมการแข่งขันในระดับที่สูงขึ้น

ไต้หวันกำลังฟื้นฟูวัฒนธรรมกีฬาฟุตบอล ฟุตบอลผู้ตั้งถิ่นฐานระดับรากหญ้าอาจเป็นแหล่งน้ำแห่งใหม่ที่จะชโลมวัฒนธรรมฟุตบอลไต้หวันให้ชุ่มช่ำ ในปี 2020 สมาคม GWO ได้ผลักดันให้มีการแข่งขันฟุตบอลแรงงานข้ามชาติจนได้รับการสนับสนุนจากสมาพันธ์ฟุตบอลเอเชีย(AFC)และเป็นครั้งแรกที่ AFC ให้การสนับสนุนหน่วยงาน NGO ภาคเอกชนเพื่อพัฒนากีฬาฟุตบอลแรงงานข้ามชาติซึ่งแสดงให้เห็นแล้วว่าฟุตบอลแรงงานข้ามชาติได้หลอมรวมสังคมฟุตบอลรากหญ้าของไต้หวันแล้ว

กีฬาฟุตบอลไต้หวันในสายตาชาวต่างชาติ

ชาวต่างชาติได้ให้สัมภาษณ์กับหนังสือเล่มนี้ ว่า เพราะงานจึงทำให้ต้องมาไต้หวัน และจะนำ
วัฒนธรรมกีฬาฟุตบอลในประเทศบ้านเกิดเข้ามายังไต้หวันด้วย จะนำมาเล่น ตั้งทีม ตลอดจนจัดการ
แข่งขัน และอาจย้ายเข้ามาเตะในทีมฟุตบอลไต้หวันเลยก็ได้ หลายคนเนื่องจากอยู่ไต้หวันที่ได้ชื่อว่า
เป็นประเทศที่ไม่นิยมกีฬาฟุตบอลเลย แต่กลับมีโอกาสดวลท้าแข้งกับนักเตะหลากหลายชาติ ได้เห็น
เทคนิคสไตล์การเล่นที่แตกต่างทั้งยังได้แลกเปลี่ยนวัฒนธรรมข้ามชาติซึ่งเป็นการเปิดประสบการณ์ที่
หาที่ไหนไม่ได้ ด้วยเหตุนี้ทำให้วงการฟุตบอลรากหญ้าไต้หวันเต็มเปี่ยมไปด้วยความคาดหวัง

นักฟุตบอลที่ให้สัมภาษณ์ในหนังสือเล่มนี้ล้วนยืนยันเป็นเสียงเดียวกันว่าการพัฒนาฟุตบอลระดับ
รากหญ้าในไต้หวันกำลังเป็นที่นิยมมากขึ้นเรื่อยๆ ซึ่งเป็นประโยชน์อย่างมากสำหรับการขับเคลื่อน
บรรยากาศของเกมฟุตบอลโดยรวม พร้อมย้ำว่าการส่งเสริมการพัฒนาฟุตบอลของไต้หวันไม่จำเป็น
ต้องมุ่งเน้นไปที่สมรรถภาพทางกายหรือทักษะของผู้เล่นแต่กุญแจดอกสำคัญคือการสร้างวัฒนธรรม
ฟุตบอลซึ่งมาจากฟุตบอลระดับรากหญ้าที่แข็งแกร่ง

Oliver ผู้ฝึกสอนทีม Inter Taoyuan สัญชาติแคนาดาเชื้อสายจาเมกา กล่าวว่า การสร้าง
วัฒนธรรมกีฬาจึงจะเป็นรากฐานของการพัฒนา ชาวไต้หวันส่วนใหญ่รู้สึกว่ากีฬาคือเกม ฟุตบอลก็
เช่นกันถูกคิดว่าเป็นแค่เกมที่หาเงินได้ไม่มาก ดังนั้นจึงไม่มีการลงทุน แต่คุณค่าของฟุตบอลไม่ใช่แค่นี้

Robert Iwanicki สัญชาติเยอรมัน เชื้อสายโปแลนด์ ไต้หวันไม่เคยสะสมรากฐานวัฒนธรรม
ฟุตบอลที่เข้มแข็งมายาวนาน จึงยากต่อการพัฒนาเชิงพาณิชย์ จึงต้องพึ่งพาความพยายามในอนาคต
กระตือรือร้นต่อยอดทางการตลาด นำฟุตบอลเข้าสู่ชีวิตประจำวัน ดึงดูดคนดูให้มีปฏิสัมพันธ์กับนัก
เตะมากขึ้น

Mauricio Cortes ชาวโคลัมเบีย เห็นว่า ข้างสนามฟุตบอลของไต้หวันว่างเปล่าอยู่บ่อยครั้ง มีเพียง
ผู้เล่นในสนามที่ต่อสู้อย่างโดดเดี่ยว อันที่จริงฟุตบอลไม่ใช่เพียงเกมการแข่งขันเท่านั้น สามารถผสม
ผสานวัฒนธรรมอาหาร กิจกรรมและดนตรีเข้ามาร่วมด้วยก็จะทำให้ครึ่งโครงสามารถดึงดูดแฟนบอล
ท้องถิ่นได้มากขึ้น และกลายเป็นแฟนบอลด้วยในที่สุด สิ่งเหล่านี้ดูเหมือนจะเป็นเรื่องสนุกแต่พวกเขา
ได้สร้างวัฒนธรรมฟุตบอลที่แข็งแกร่งจากรากหญ้าทีละนิดทีละน้อย

พลังเตะพลิกแผ่นดินเสมือนบ้านเกิด

โดย: เฉินเลี่ยงจวิน

ความหมายของสิทธิความเท่าเทียมของการพัฒนากีฬาฟุตบอลแรงงานข้ามชาติในไต้หวัน

ไต้หวันเริ่มนำเข้าแรงงานต่างชาติจากประเทศอาเซียนตั้งแต่ปี 1998 จนกระทั่งปี 2019 จำนวน
แรงงานต่างชาติในไต้หวันเกินกว่า 7.2 แสนคน ไม่รวมแรงงานต่างชาติพำนักผิดกฎหมายอีกเกือบ 5
หมื่นคน แรงงานชายกว่าครึ่งหนึ่งทำงานในโรงงาน ทำงานภาคการประมง แรงงานก่อสร้าง แรงงาน
ภาคเกษตร แรงงานในโรงฆ่าสัตว์ เป็นต้น ล้วนเป็นงานที่แรงงานชาวไต้หวันไม่อยากทำทั้งสิ้นเพราะ
เป็นงานหนัก ลำบากและอันตราย แรงงานต่างชาติหลายคนมีแรงกดดันในการทำงานเนื่องจาก
ปัญหาด้านภาษาและวัฒนธรรมที่แตกต่าง ยิ่งกว่านั้นอัตราการได้รับบาดเจ็บ พิการและเสียชีวิตใน
สถานที่ทำงานโดยเฉลี่ยมากกว่าแรงงานในประเทศ 2.6 เท่า

หลายปีที่ผ่านมา ไต้หวันพยายามแก้ไขมาตรการการคุ้มครองแรงงานมาโดยตลอด แต่ก็ยังไม่
ครอบคลุมเสียที ซ้ำสภาพสังคมยังแฝงความคิดอคติกับแรงงานต่างชาติจากประเทศอาเซียนด้วย

ฟุตบอลแรงงานในไต้หวันยุคแรกๆ เริ่มต้นที่ภาคกลางของไต้หวันโดยแรงงานไทยริเริ่มก่อตั้งทีม
ฟุตบอลขึ้นมาเพื่อจัดการแข่งขัน ในปี 2014 ทีมอินโดนีเซียกว่า 20 ทีม ได้ร่วมกันจัดการแข่งขันลีก
อินโดนีเซีย TISL ขึ้นมา ซึ่งทาง GWO ในฐานะ NGO จึงเสนอให้การช่วยเหลือด้านการแปลภาษา
ต่อมาช่วงปี 2015 ทาง GWO พบว่าในไต้หวันมีทีมฟุตบอลแรงงานต่างชาติทั้งไทย เวียดนาม และ
อินโดนีเซียรวมกว่า 50 ทีม ซึ่งล้วนมีปัญหาด้านการยืมเช่าสถานที่ จึงริเริ่มรวบรวมทีมฟุตบอลแรงงาน
ข้ามชาติจัดการแข่งขันฟุตบอลแรงงานข้ามชาติอย่างเป็นทางการขึ้นภายใต้ชื่อ "TAIWAN CUP -
Taiwan Immigrants Football Competition " เพื่ออาศัยฟุตบอลปรับปรุงการเลือกปฏิบัติต่อ
แรงงานข้ามชาติในการใช้พื้นที่สาธารณะในไต้หวัน

เนื่องจากกีฬาฟุตบอลไม่เป็นที่นิยมในกลุ่มคนไต้หวันประกอบกับมีสนามฟุตบอลเพียงไม่กี่แห่ง
และค่าเช่าก็แพง แถมยังต้องกรอกรายละเอียดเป็นภาษาจีนตามระเบียบการยืมสถานที่จึงทำให้
แรงงานต่างชาติเข้าไม่ถึงสนามฟุตบอลและต้องใช้สถานที่สาธารณะทำกิจกรรมฟุตบอลแทนยิ่งทำให้
ไม่สามารถเลี่ยงต่อการถูกเหยียดหยามจากสังคม

TAIWAN CUP 2015 เป็นจุดเริ่มต้นของการแลกเปลี่ยน แข่งขัน และก้าวข้ามเส้นพรมแดนของกันและกัน ระหว่างแรงงานข้ามชาติไทย เวียดนามและอินโดนีเซีย นอกจากนี้ยังได้เชิญทีมแรงงานระดับไวท์คอลลาร์เข้า ร่วมแข่งขันด้วยซึ่งก็ทำให้สามารถทลายเส้นแบ่งชนชั้นระดับแรงงานได้สำเร็จเนื่องจากทีมฟุตบอลระดับไวท์คอ ลลาร์เริ่มทยอยรับนักเตะที่เป็นแรงงานระดับบลูคอลลาร์ร่วมทีมมากขึ้น และที่สำคัญสังคมไต้หวันเริ่มหันมาให้ ความสำคัญกับเรื่องความยุ่งยากในการขอใช้พื้นที่สาธารณะและความต้องการอื่นๆ นอกเหนือสิทธิแรงงานของ แรงงานข้ามชาติด้วย

ช่วงต้นปี 2016 ทีมฟุตบอลแรงงานเวียดนาม ไทยและอินโดนีเซียมีพัฒนาการอย่างรวดเร็ว โดยเฉพาะอย่าง ยิ่งชาวเวียดนามจัดตั้งทีมฟุตบอลในนามจังหวัดบ้านเกิด มีการจัดตั้งองค์การชุมชนเพื่อให้บริการด้านต่างๆ กับ เพื่อนร่วมชาติด้วย และยังพบว่าในทีมฟุตบอลเหล่านี้มีแรงงานบางคนมีประสบการณ์เป็นนักเตะอาชีพที่บ้าน เกิดด้วยเพราะมาที่นี่แล้วได้เตะฟุตบอลจึงเลือกที่จะมาทำงานที่ไต้หวัน

ช่วงเดือนกรกฎาคม 2018 ด้วยกระแสเชียร์บอลโลกในปีนั้น GWO ทำความมุ่งหมายได้สำเร็จสามารถส่ง ทีมฟุตบอลแรงงานข้ามชาติทำการแข่งขันฟุตซอลนัดกระชับมิตร โดยมีทีม ญี่ปุ่น อินโดนีเซีย เวียดนาม และ ทีมรวมเชื้อชาติเข้าร่วมแข่งขัน ในรายการ "World Football Championship Broadcast Night" ที่หน้า ทำเนียบประธานาธิบดี จึงเป็นโอกาสที่ดีในการแนะนำทีมฟุตบอลแรงงานข้ามชาติสู่สายตาชาวไต้หวัน

ช่วงเดือนกันยายนที่ผ่านมา ฟุตบอลแรงงานข้ามชาติรอบคัดเลือกที่สนามกีฬาซินจวงมีทีมฟุตบอลแรงงาน เข้าร่วมการแข่งขันมากที่สุดในประวัติศาสตร์ถึง 26 ทีม นับเป็นความยิ่งใหญ่แห่งวงการฟุตบอลสมัครเล่นของ ไต้หวัน ยิ่งไปกว่านั้น ช่วงเดือนพฤศจิกายน Taiwan Cup สามารถรวบรวมทีมนักเตะจากภาคกลางและใต้เดิน ทางขึ้นเหนือเพื่อทำการแข่งขันนัดกระชับมิตรแลกเปลี่ยนประสบการณ์ซึ่งกันและกัน โดยมีการถ่ายทอดผ่าน สถานีโทรทัศน์ช่องกีฬาชื่อดังของไต้หวัน MOD 215 เป็นครั้งแรกด้วย จึงไม่เพียงแค่เป็นการกระตุ้นแรงงาน ข้ามชาติให้สนใจและเข้าร่วมเป็นนักเตะทีมฟุตบอลมากขึ้น ยังทำให้ชาวไต้หวันรู้จักฟุตบอลในกลุ่มคนทำงาน ต่างชาติในไต้หวันมากขึ้นด้วย

Taiwan Cup 2019 มีจุดมุ่งหมายหลักคือ "เราเท่าเทียมกันได้ด้วยฟุตบอล" ไม่มีการแบ่งเชื้อชาติ ชนชั้น อายุและเพศ ทุกคนสามารถเข้าร่วมเป็นส่วนหนึ่งของพวกเราเพื่อตามล่าฝันในไต้หวันได้อย่างเท่าเทียมกัน และ รอบชิงชนะเลิศเราได้รับความอนุเคราะห์จากกรุงไทเปจัดหาสถานที่ให้ฟรีคือสนามกีฬาของการแข่งขันกีฬา มหาวิทยาลัยโลก แรงงานข้ามชาติต่างรู้สึกเป็นเกียรติอย่างสูงที่มีโอกาสขึ้นมาทำการท้าแข่งบนพื้นสนามกีฬา ระดับโลกที่ไทเป

ช่วงเดือนมกราคม 2019 ทีมฟุตบอลแรงงานข้ามชาติในไต้หวันมีมากกว่าร้อยทีมแล้ว และเพื่อเป็นการ

ช่วยเหลือทีมฟุตบอลแรงงานข้ามชาติให้เข้าถึงสนามฟุตบอลและขจัดอุปสรรคต่างๆ ในการขอเข้าใช้ สนามกีฬาอย่างได้ผล ทาง GWO ได้ร่วมกับทีมฟุตบอลอินโดนีเซีย เวียดนามและไทย จัดตั้ง Taiwan Immigrants Football League (TIFL)ขึ้นมาทำหน้าที่แก้ปัญหาต่างๆ เรื่องการใช้สถานที่และมีการ จัดการแข่งขันตามกำหนดเวลาที่แน่นอน และทีมฟุตบอลก็มีส่วนในการบริหารจัดการและดำเนินงาน ต่างๆ เกี่ยวกับเรื่องสถานที่ด้วย

วัตถุประสงค์ของการจัดตั้งTIFL คือ การรวบรวมทรัพยาการที่เป็นแรงงานข้ามชาติผู้รักในกีฬา ฟุตบอล จัดการแข่งขันตามกำหนดเวลาที่แน่นอนเพื่อแลกเปลี่ยนประสบการณ์กับทีมฟุตบอลไต้หวัน บ่มเพาะผู้ตัดสินหลากหลายเชื้อชาติ เปิดการอบรมการป้องกันตัวไม่ให้ได้รับบาดเจ็บจากการเล่นกีฬา และยกระดับทักษะผู้เล่นให้เป็นมืออาชีพมากขึ้นเพื่อส่งเสริมการพัฒนาฟุตบอลระดับรากหญ้าของ ไต้หวันให้กลายเป็นแรงผลักดันใหม่ของการพัฒนาวงการฟุตบอลไต้หวัน และเพื่อเป็นการรับมือกับ ปัญหาขาดงบประมาณช่วยเหลือและรองรับจำนวนผู้ตัดสินที่ไม่เพียงพอในการแข่งขัน ทาง GWO ได้รับความช่วยเหลือจาก สมาคมฟุตบอลแห่งไชนีสไทเป (CTFA) จัดให้มี "แคมป์บ่มเพาะผู้ตัดสิน นานาชาติ" โดยมีคณะผู้ตัดสินฟุตบอลมืออาชีพเป็นผู้ฝึกอบรมให้เพื่อยกระดับนักฟุตบอลแรงงาน ข้ามชาติอาวุโสให้เป็นกรรมการตัดสิน ส่งผลให้สามารถตัดความกังวลเรื่องค่าใช้จ่ายในการเชิญ กรรมการผู้ตัดสินอาชีพในแต่ละรายการการแข่งขันไปได้ และกฎกติกาต่างๆ ที่ต้องเรียนรู้มีแปล เป็นภาษาต่างๆ ทั้ง อังกฤษ อินโดนีเซีย เวียดนามและไทย พร้อมมีล่ามตลอดการอบรมด้วย

การจัดการแข่งขัน Taiwan Cup แต่ละครั้งต้องเผชิญปัญหาเรื่องของงบประมาณช่วยเหลือมา โดยตลอด และการจัดระเบียบในสนามฟุตบอลก็เป็นปัญหาหนัก เนื่องจากความยากลำบากในการ ระดมทุนจึงมีความจำเป็นต้องฝึกอบรมบุคลากรที่เป็นแรงงานข้ามชาติเพื่อใช้ความสามารถในการ จัดการตามกฎระเบียบของไต้หวัน หลังจากผ่านความพยายามมาหลายปี กฎระเบียบต่างๆ ของ การใช้สนามฟุตบอลแต่ละสนามที่นักฟุตบอลและคนดูต้องปฏิบัติตามอย่างเคร่งครัดล้วนถูกแปลเป็น ภาษาต่างๆ ทั้ง อังกฤษ อินโดนีเซีย เวียดนามและไทย เป็นที่เรียบร้อย แต่อย่างไรก็ตามก็ยังมีผู้เล่น และคนดูหน้าใหม่ที่ต้องได้รับการประชาสัมพันธ์และเตือนในเรื่องของกฎกติกาอยู่เสมอซึ่งเป็นเรื่อง ยุ่งยาก ตลอดจน ก่อนการแข่งขันได้มีการประชุมกับตัวแทนทีมฟุตบอลแต่ละทีมเพื่อแถลงกฎกติกาของ การใช้สนามฟุตบอล กฎกติกาการมารยาทการเล่นในสนาม กฎกติกาการของ FIFA และคำสาบานตนของ นักกีฬาล้วนแล้วแต่ได้แปลเป็นภาษาต่างๆ เพื่อให้ได้รับทราบหลักปฏิบัติอย่างพร้อมเพรียงกันอีกด้วย

บรรยากาศฟุตบอลในสังคมไต้หวันนั้นไม่เป็นที่แพร่หลายควบคู่กับความคิดด้านลบต่อแรงงานข้าม ชาติจากอาเซียน หากผู้เล่นและคนดูในสนามเกิดเหตุชุลมุนอย่างไม่คาดคิดขึ้น ต้องมีผลต่อการขอใช้

สถานที่ในคราวต่อไปอย่างหลีกเลี่ยงมิได้แน่นอน

บรรดาทีมฟุตบอลของประเทศอาเซียนหลายทีมมีผลงานยอดเยี่ยมนำหน้าทีมฟุตบอลไต้หวัน   ด้วยความ
กระตือรือร้นของแรงงานข้ามชาติที่ทุ่มเทให้กับฟุตบอลในไต้หวันสามารถทำให้ผู้คนเปลี่ยนมุมมองที่อคติกลาย
เป็นความเข้าอกเข้าใจ   GWO ให้การส่งเสริมการแข่งขันฟุตบอลของผู้ตั้งถิ่นฐานใหม่ ไม่เพียงทำให้เกิดความ
เท่าเทียมระหว่างชนชั้นแรงงานข้ามชาติยังคืนสิทธิความเท่าเทียมในการขอยืมใช้สถานที่สาธารณะของไต้หวัน
ด้วยเพื่อให้ฟุตบอลเป็นตัวสร้างพื้นที่การแลกเปลี่ยนระหว่างสังคมแรงงานข้ามชาติกับสังคมไต้หวัน

เหลียงเป่าหัว

ประจักษ์พยานพัฒนาการกีฬาฟุตบอล
ของกลุ่มชาวต่างชาติในไต้หวัน

● ผู้อำนวยการ TIFL ลีกโซนภาคใต้ /ผู้จัดการ T2 ลีกโซนภาคใต้

สัญชาติเดิม : แคนาดา

นายวิกเตอร์ (Victor) วัย 55 ปี ปัจจุบันนอกจากการดำรงตำแหน่งผู้อำนวยการ TIFL ลีกโซน
ภาคใต้แล้วยังเป็นผู้ฝึกสอนฟุตบอลประจำKaohsiung American School ด้วย วิกเตอร์เป็น
คนเชื้อชาติไต้หวันแต่ได้ย้ายครอบครัวไปอยู่ที่แคนาดาตั้งแต่เยาว์วัย กีฬาฟุตบอลทำให้เขาผ่านวัย
หัวเลี้ยวหัวต่อและเติบโตเป็นผู้ใหญ่ที่มีคุณภาพ หลังจากเขาได้กลับมาทำงานในไต้หวันจึงทุ่มเท
หยาดเหงื่อแรงกายก่อตั้งทีมฟุตบอลขึ้นมาเพื่อท้าแข่งกับทีมฟุตบอลสมัครเล่นของไต้หวัน และนี้
คือประจักษ์พยานสำคัญให้เห็นถึงพัฒนาการของกีฬาฟุตบอลของกลุ่มชาวต่างชาติในไต้หวันตั้งแต่
ช่วงทศวรรษ1980 จนถึงวันนี้ได้ดำเนินมาเกือบครึ่งศตวรรษแล้ว นอกจากนี้เขายังอาศัยความคุ้น
เคยกับสังคมไต้หวันรวบรวมชาวต่างชาติผู้รักในกีฬาฟุตบอลเช่นเดียวกันกับเขาก่อตั้งทีมฟุตบอล
นานาชาติเพื่อจัดการแข่งขันอีกด้วย

Robert Iwanicki

กลมกลืนนักเตะชาวต่างชาติและท้องถิ่นอย่างท้าทาย

● ผู้ฝึกสอนประจำทีมเยาวชนไต้หวัน U-14/

อดีตหัวหน้าผู้ฝึกสอนประจำสโมสรฟุตบอล Royal Blues และ Red Lions

สัญชาติ : เยอรมัน

ช่วงทศวรรษ 1980 นายโรเบิร์ต (Robert) ถูกบริษัทแม่ที่เยอรมนีส่งตัวมาทำงานเป็นวิศวกร
ด้าน IT และสมาร์ทโฟนที่ไต้หวัน กีฬาฟุตบอลนี้เองที่ทำให้เขาตัดสินใจตั้งรกรากในไต้หวัน เขาเคย
เป็นผู้ก่อตั้งทีมฟุตบอลเพื่อเข้าแข่งขันฟุตบอลพรีเมียร์ลีกไต้หวัน   ปัจจุบันดำรงตำแหน่งผู้ฝึกสอน
ทีมเยาวชนไต้หวัน U14-U15 เขาเกิดและเติบโตในยุโรปซึ่งเป็นทวีปที่กีฬาฟุตบอลเบ่งบานอย่าง
เข้มข้นและด้วยสภาพแวดล้อมที่เติบโตทำให้เขามีใจรักและศรัทธาต่อกีฬาฟุตบอลอย่างเปี่ยมล้น
ในไต้หวันเขาชอบและสามารถปรับตัวใช้ชีวิตได้ดีตั้งแต่แรกที่ได้มาอยู่และพร้อมอุทิศตนเพื่อบ่ม
เพาะนักฟุตบอลฝีเท้าฉกาจป้อนแก่ทีมฟุตบอลไต้หวันอย่างไม่หยุดยั้ง ยิ่งไปกว่านั้นยังได้บูรณาการ
สโมสรฟุตบอล Royal Blues ที่เป็นอดีตให้กลับมากลมกลืนกับท้องถิ่นและสามารถที่จะกลับมา
ประกาศศักดาอีกครั้ง

Mauricio Cortes

ก่อตั้งสโมสรฟุตบอลประชาชนสู่
สากล

● Taipei Red Lions FC

สัญชาติเดิม : โคลัมเบีย

เนื่องจากเดินทางมาทำงานในไต้หวัน Mauricio Cortes จึงเรียนต่อระดับมหาบัณฑิตสาขา
การจัดการที่มหาวิทยาลัยไทเปไปด้วย   ปัจจุบันมีบัตรประชาชนไต้หวันถือสัญชาติไต้หวันเป็นที่
เรียบร้อยแล้ว เขาสื่อสารภาษาจีนได้คล่อง และยังทำกิจการเปิดบริษัทในไต้หวันอีกด้วย นอกจาก
การทำงาน   ความหลงใหลในกีฬาฟุตบอลที่ติดตัวมาจากบ้านเกิดไม่เพียงนำพาให้เขาเข้าร่วม
ทีมฟุตบอลเท่านั้น   ยังพกความเชี่ยวชาญเฉพาะด้านไต่ระดับไปอยู่ในตำแหน่งกัปตันทีมฟุตบอล
Taipei Red Lions ได้อย่างรวดเร็วอีกด้วย ปัจจุบันมีใบอนุญาตหัวหน้าผู้ฝึกสอนระดับ ซี ไลเซนส์
จากสหพันธ์ฟุตบอลเอเชีย (AFC)

Mauricio Cortes กล่าวว่า ข้างสนามฟุตบอลของไต้หวันนั้นว่างเปล่า ผู้เล่นในสนามแข่งขัน
กันอย่างเงียบเหงา จริงๆ แล้วฟุตบอลไม่ได้มีไว้เพื่อการแข่งขันเพียงอย่างเดียวนะ การนำอาหาร
กิจกรรมและดนตรีมาร่วมด้วย จะทำให้ชาวไต้หวันหลงรักกีฬาฟุตบอลมากขึ้น

Robert Wilson

หวนคืนสู่สนามลูกหนังด้วยจิต
วิญญาณนักฟุตบอลรากหญ้า

● กัปตันทีมฟุตบอลTaichung Savages FC

สัญชาติ : อังกฤษ

นายโรเบิร์ต (Robert) เป็นอาจารย์สอนภาษาในโรงเรียนเอกชนแห่งหนึ่งของไต้หวัน อีกทั้ง
ยังเป็นผู้จัดการทีมสโมสรฟุตบอล Taichung Savages และเป็นกองหน้าที่เล่นด้วยความทุ่มเท
อีกด้วย เขามาจากอังกฤษซึ่งถือเป็นประเทศถิ่นกำเนิดกีฬาฟุตบอลยุคใหม่ ความหลงใหลในกีฬา
ฟุตบอลสำหรับเขาแล้วไม่จำเป็นเป็นต้องมีเหตุผล

ก่อนหน้านี้ทีมฟุตบอลที่เขาสังกัดอยู่เคยเกิดเหตุปะทะกับคู่แข่งฝ่ายตรงข้าม จึงเป็นเหตุให้ถูก
ปลดออกจากการแข่งขันและถูกห้ามเข้าใช้สนามฟุตบอลโดยเด็ดขาด ในเมื่อเตะบอลไม่ได้ ไม่นาน
ลูกทีมก็ต่างทยอยลาออกจากทีมกันไป แต่ตัวเขาเองยอมรับในการกระทำผิดและพยายามมองหา
โอกาสที่จะหวนคืนสู่สนามลูกหนังอีกครั้งอย่างไม่ย่อท้อ "นี่แหละคือจิตวิญญาณของนักฟุตบอล
รากหญ้า หากแต่ยังมีจิตใจที่มั่นคงต่อกีฬาฟุตบอล คุณจะมีโอกาสหวนกลับคืนสู่สนามลูกหนังได้
อย่างแน่นอน! " นายโรเบิร์ตกล่าว

野地球生

台灣移民工足球紀事

265

Oliver Harley

นักฟุตบอลอิสระตามล่าฝันสุดขอบ ฟ้า

● หัวหน้าผู้ฝึกสอนหลักทีมอินเตอร์เถาหยวน (InterTaoyuan)

สัญชาติ : จาเมกา

เพื่อแสวงหาโอกาสที่จะได้เป็นนักฟุตบอลอาชีพแห่งภูมิภาคเอเชีย ทำให้ Harley Oliver เดิน ทางมาไต้หวันในปี ค.ศ. 2001 แต่ก็สวนทางกับโอกาสหลายต่อหลายครั้ง ในฐานะที่เป็นนักฟุตบอล อิสระที่มองหาโอกาสเหมาะเพื่อขึ้นแทนเป็นนักฟุตบอลอาชีพอย่างไม่ย่อท้อ แม้จะไปไม่ถึงฝันหลัง จากที่ได้เผชิญความจริงแห่งการรอคอยและแก้ไขข้อผิดพลาดต่างๆ อันยาวนานและกล้าหาญ อย่างไม่ลดละความพยายาม จึงตั้งรกรากในไต้หวัน แม้สุดท้ายจะไม่ได้เป็นนักฟุตบอลอาชีพของ เอเชียแต่ก็ได้เป็นผู้ฝึกสอนเพื่อส่งต่อความหลงใหลในกีฬาฟุตบอลของเขาแก่รุ่นต่อๆ ไป

Mori Hiroyuki

ค้นพบสไตล์การเล่นที่แปลกใหม่ใน
ไต้หวัน

ประชาสัมพันธ์JFC-TAIPEI

สัญชาติ : ญี่ปุ่น

นาย Mori Hiroyuki ถูกบริษัทส่งตัวมาทำงานในไต้หวันเมื่อปี ค.ศ. 2002 การที่เป็นคนรักใน
กีฬาฟุตบอลอยู่แล้วจึงวางแผนที่จะเสาะหาสนามฟุตบอลและร่วมทีมฟุตบอลในไต้หวันตั้งแต่ตอน
ที่อยู่ญี่ปุ่น เมื่อมาอยู่ไต้หวันแล้วเขาได้เข้าร่วมทีมฟุตบอล JFC เป็นทีมฟุตบอลสัญชาติญี่ปุ่นและ
สื่อสารกันด้วยภาษาญี่ปุ่น ซึ่งแตกต่างจากทีมฟุตบอลนานาชาติที่มีทั้งนักเตะจากยุโรป อเมริกา
แอฟริกาและไต้หวัน ในทีมเดียวกันและใช้ภาษาอังกฤษในการสื่อสารเป็นส่วนใหญ่ ไม่เหมือนกับ
ทีมญี่ปุ่นที่แข่งขันกับชนชาติเดียวกัน นาย Mori เชื่อว่า การได้มาท้าแข่งกับผู้เล่นหลากหลายเชื้อ
ชาติทำให้เห็นสไตล์การเล่นที่แปลกใหม่และหลากหลาย

Ebrima Njie
ค้นพบโอเอซิสฟุตบอลในไต้หวัน

● ผู้เล่นทีมสโมสรแกมเบียยูไนเต็ด /

นักฟุตบอลทีมอินเตอร์เถาหยวน (InterTaoyuan)

สัญชาติ : แกมเบีย

เมื่อปี ค.ศ. 2007Ebrima เดินทางมาจากเมืองบันจูล เมืองหลวงของสาธารณรัฐแกมเบีย ใน
ฐานะนักศึกษาแลกเปลี่ยน และศึกษาจบปริญญาโทในไต้หวันเมื่อปี ค.ศ. 2014 จากนั้นก็ทำงาน
เป็นวิศวกรด้านไอทีและอาจารย์สอนภาษาอังกฤษ ปัจจุบันถือใบถิ่นที่อยู่ถาวรในไต้หวันแล้ว และ
ด้วยความรักในกีฬาฟุตบอลจึงเข้าร่วมทีมแกมเบียยูไนเต็ดไต้หวันและเป็นผู้เล่นกองหน้าให้กับ
ทีมอินเตอร์เถาหยวนด้วย ทำให้เขาได้ค้นพบโอเอซิสฟุตบอลในไต้หวัน ทีมแกมเบียยูไนเต็ดมีข้อ
เสียคือนักฟุตบอลอยู่กับอย่างกระจัดกระจายเหนือใต้ ยากต่อการติดต่อประสานเพื่อฝึกซ้อม โดย
เฉพาะในปี ค.ศ. 2013 ไต้หวันกับแกมเบียยุติความสัมพันธ์ทางการทูต เพื่อนๆ สัญชาติแกมเบีย
และครอบครัวจึงต้องเดินทางย้ายกลับประเทศบ้านเกิดกันเกือบหมด

Muhammad Al Furqon Soleh

ผู้บุกเบิกการก้าวข้ามเส้นแบ่งชนชั้น
แรงงาน

สัญชาติ : อินโดนีเซีย

Muhammad Al FurqonSoleh มาจากอินโดนีเซียนับเป็นบุคคลสำคัญแห่งวงการฟุตบอลแรงงานข้ามชาติในไต้หวันเลยทีเดียว เขาเดินทางไปค้าแรงงานทั้งในเกาหลีใต้ ญี่ปุ่นและไต้หวันร่วม 21 ปี และเริ่มเล่นฟุตบอลครั้งที่ตามเถ้าแก่ญี่ปุ่นมาทำงานในไต้หวัน ด้วยประสบการณ์การทำงานในหลายประเทศมายาวนานทำให้เขาสามารถเข้ากับสังคมแรงงานระดับบริหารได้เป็นอย่างดีและ พร้อมชักจูงกันมาสนับสนุนฟุตบอลแรงงานด้วยการหาสนามฟุตบอลและโอกาสในการแข่งขัน และพัฒนาการไปถึงการท้าแข่งระหว่างทีมแรงงานอินโดนีเซียกับไต้หวัน เวียดนามและไทยอีกด้วย นับเป็นการแลกเปลี่ยนกับสังคมไวท์คอลลาร์ด้วยฟุตบอลอย่างกลมกลืน เขากลับบ้านเกิดที่อินโดนีเซียในปี 2019 ปัจจุบันทำกิจการอาหารและเครื่องดื่มที่ถนัด และเป็นหัวเรี่ยวหัวแรงจัดแข่งขันฟุตบอลในชุมชนอย่างแข็งขันไปพร้อมกันด้วย

Saptono

ค้นพบโอเอซิสฟุตบอลในไต้หวัน

● ผู้ตัดสิน TISL ลีกอินโดนีเซียในไต้หวัน

สัญชาติ : อินโดนีเซีย

SAPTONO เป็นคนอินโดนีเซียเคยศึกษาที่โรงเรียนฟุตบอล จึงมีใจรักกีฬาฟุตบอลแต่เด็ก เมื่อ ปี 2001 เดินทางมาทำงานที่ภาคใต้ของไต้หวัน เดิมทีเข้าร่วมทีมฟุตบอลแรงงานไทย ต่อมาเมื่อพบ กับเพื่อนร่วมชาติหลายคนจึงก่อตั้งทีมฟุตบอลชาติอินโดนีเซียขึ้นมาและได้ร่วมกันจัดการแข่งขัน ฟุตบอลลีกอินโดนีเซียในไต้หวันเป็นครั้งแรกเมื่อปี 2012 ต่อมาในปี 2014 ได้มีการจัดตั้งสโมสร ฟุตบอลแรงงานอินโดนีเซียอย่างเป็นทางการและตระเวนจัดการแข่งขันรายการลีกอินโดนีเซียทั่ว ทุกภาคของไต้หวัน SAPTONO แต่งงานกับคนไต้หวันและเปลี่ยนสถานะเป็นผู้ตั้งถิ่นฐานใหม่ตั้ง รกรากในไต้หวัน หลายปีที่ผ่านมาเขาพยายามอย่างสุดความสามารถเพื่อที่จะได้เป็นผู้ตัดสินในเกม ลูกหนัง เขารู้สึกว่าการยืนอยู่ในสนามฟุตบอลแล้วใช้ความเป็นมืออาชีพตัดสินเกมอย่างยุติธรรมไม่ เอนเอียงนั้นเป็นสิ่งท้าทายและน่าภาคภูมิใจ เขาย้ำว่า ฟุตบอลเป็นเพื่อนที่ดีของแรงงานข้ามชาติ ทำให้พวกเขาสลัดความคิดถึงบ้านได้ และมีการช่วยเหลือซึ่งกันและกันเพื่อให้มีแรงฮึดที่จะต่อสู้ต่อ ไป

พเนตร ผ่องใส(*PHANET, PHONGSAI*)

ประจักษ์พยานพัฒนาการของทีม
สโมสรไทยในไต้หวัน

● กัปตันทีมฟุตบอลสี่ชิงเถาหยวน

รสัญชาติ : ไทย

ไต้หวันเริ่มนำเข้าแรงงานต่างชาติในปี 1998 พเนตรเพิ่งจบการศึกษาระดับ ปวส. เพียงแค่ได้ยิน
บริษัทนายหน้าในประเทศไทยพูดว่า มาทำงานในไต้หวันสามารถเตะฟุตบอลได้ จึงตัดสินเดินทาง
มาทำงานในไต้หวันโดยทันที แต่กังวลว่ามาไต้หวันแล้วจะหาซื้อสตั๊ดดีๆ ไม่ได้ จึงไม่ได้ลากกระเป๋า
เดินทางมาด้วยสักใบเดียว ถือเพียงรองเท้าสตั๊ดคู่หนึ่งติดตัวมาด้วยเท่านั้น ถึงขนาดที่นายหน้าต้อง
ถามว่า : จะมาทำงานหรือมาเตะฟุตบอลกันแน่ ฮือ? ปัจจุบันเขาแต่งงานสร้างครอบครัวในไต้หวัน
แล้ว และทำงานดูแลแรงงานข้ามชาติในโรงงาน เขาทุ่มเทแรงกายแรงใจเพื่อก่อตั้งทีมฟุตบอล
แรงงานไทยขึ้นมา เพื่อช่วยเพื่อนแรงงานร่วมชาติให้ห่างไกลยาเสพติด การพนัน เลิกเหล้าและ
อบายมุขต่างๆ ทำงานใช้ชีวิตอย่างมีคุณภาพในไต้หวัน และกลับบ้านเกิดทำฝันให้เป็นจริง

อาทิตย์ บวกไธสง (*Artit Buaktuaisong*)

ผลักดันการบ่มเพาะนักฟุตบอลไทยไต้หวัน

● ผู้ฝึกสอนทีมลี่ชิงเถาหยวน

สัญชาติ : ไทย

อาทิตย์ เดินทางมาทำงานในไต้หวันหลังจากเพิ่งจบการศึกษาระดับปริญญาตรีจากประเทศไทย เมื่อปี 2006 ณ ขณะนั้น เขากับเพื่อนแรงงานไทยจัดตั้งทีมขึ้นมาเพื่อเข้าร่วมการแข่งขันฟุตซอล จากนั้นในปี 2017 เขาเดินทางมาทำงานในไต้หวันอีกครั้งผ่านการแนะนำจากบริษัทนายหน้าของ ไทย ในคราวนี้ เขาได้รับหน้าที่ฝึกสอนทีมฟุตบอลไทยลี่ชิงหลังเลิกงานที่หนักอึ้งด้วย

เมื่อเทียบกับเมื่อก่อน   ปัจจุบันในไต้หวันนอกจากรายการการแข่งขันฟุตบอลแรงงานข้าม ชาติลีกใหญ่ และ Taiwan Cup แล้ว ยังมีรายการแข่งขันรายการยิบย่อยอีกหลายสนาม ทำให้ ทีมฟุตบอลแข็งแกร่งและยิ่งใหญ่ขึ้นมาก   โดยเฉพาะที่สามารถท้าแข่งกับทีมหลากหลายเชื้อชาติ เป็นการเปิดประสบการณ์ จึงรู้สึกอิจฉาน้องๆ นักฟุตบอลปัจจุบันที่มีประสบการณ์อันหลากหลาย

จิระวัฒน์ แดงเกลี้ยง *(Jirawat Daeugkliang)*

นักฟุตบอลอาชีพประลองท้าแข้งทีม
แรงงานข้ามชาติ

● ผู้เล่นต่างชาติทีมฟุตบอลสี่ซิง ทีมอินเตอร์เถาหยวน (InterTaoyuan)

จิระวัฒน์ ขอพักการเรียนสาขาวิชาคณิตศาสตร์ มหาวิทยาลัยครูแห่งชาติไต้หวันในปี 2018 และได้เข้าทำงานพาร์ทไทม์ที่นครนิวไทเปจากการแนะนำของอาจารย์   เขาเป็นเด็กหนุ่มวัยเพียง 20 ต้นๆ เคยเป็นนักฟุตบอลโรงเรียนตั้งแต่ระดับประถมศึกษา กระทั่งระดับอุดมศึกษาได้เข้าร่วม สโมสรศรีสะเกษ ฟุตซอลคลับ และร่วมแข่งขันฟุตซอลไทยแลนด์ลีกมาแล้ว จิระวัฒน์ถูกส่งตัวมา ทำงานในไต้หวันเพื่อเป็นอีกหัวเรี่ยวหัวแรงให้กับทีมฟุตบอลสี่ซิงเถาหยวนและเสริมเขี้ยวเล็บให้กับ ทีมแรงงานไทยเพื่อศึกท้าแข้ง เพียงระยะเวลาปีเดียวภายใต้คำแนะนำของผู้ฝึกสอนทำให้จิระวัฒน์ สามารถเข้าร่วมทีมสโมสรอินเตอร์เถาหยวนในฐานะนักเตะต่างชาติในเวลาอันสั้นได้

Hoàng Trọng Hiển)

จิตวิญญาณฟุตบอลที่ลุกโชน

กัปตันทีมฟุตบอลอี้อัน(Choa 37 FC)(2015 ～ 2018)

สัญชาติ : เวียดนาม

HoàngTrọngHiển มาจากจังหวัดเหงะอานของเวียดนามที่ถูกขนานนามว่าเป็นเมืองหลวง
ของกีฬาฟุตบอล เขาไม่คาดคิดเลยว่า การเดินทางเข้ามาทำงานในไต้หวันจะทำให้เขาได้มีโอกาส
กลับมาเล่นฟุตบอลอีกครั้ง หลังจากได้รับบาดเจ็บจึงหยุดเล่นให้กับทีมเวียดนามกลางครัน ช่วงปี
2016 ด้วยเงื่อนไขด้านกฎหมายและค่านายหน้าที่สูงริบทำให้เขาตัดสินใจเป็นแรงงานผิดกฎหมาย
จากนั้นก็ต้องแอบรับจ้างทำงานสารพัด แต่ในช่วงที่ลำบากยากเข็ญ แต่เมื่อได้เข้าร่วมทีมฟุตบอล
กลับทำให้เขามีความหวังและกล้าหาญที่จะยึดสู้อย่างแรงกล้า แต่ก็ถูกเจ้าหน้าที่ตำรวจจับกุมตัว
และส่งกลับบ้านเกิด แม้กระนั้นก็ยังรักในกีฬาฟุตบอลไม่เสื่อมคลาย

เฉินเหวินชิว

ก้าวข้ามเส้นแบ่งชนชั้นแรงงานด้วยฟุตบอล

กัปตันทีมฟุตบอล HAI DUONG FC

เฉินเหวินชิวเป็นเด็กชนบทแห่งหนึ่งในจังหวัดหายเชืองของเวียดนาม เขาฝันอยากมีเงินเก็บเพื่อ เปิดกิจการสตูดิโอถ่ายภาพจึงเดินทางมาทำงานในไต้หวันตั้งแต่วัย 20 และเขาก็รักในกีฬาฟุตบอล ด้วย ทุกๆ วันหยุดเป็นต้อง "นัดเตะบอล" กับเพื่อนๆ วัยรุ่นร่วมชาติที่มาทำงานในไต้หวันด้วยกัน เป็นประจำ โดยอาศัยพื้นที่เล็กๆ ในโรงเรียนเป็นสนามฟุตบอล และเมื่อได้กลับบ้านเกิดก็ทำตาม ฝันด้วยการเปิดสตูดิโอถ่ายภาพและมีครอบครัวที่อบอุ่น แต่กิจการก็ไม่ได้ราบรื่นอย่างที่คิด จึงกลับ มาทำงานในไต้หวันอีกครั้งพร้อมครอบครับ แม้กระนั้นก็ยังกังวลใจว่าการทุ่มเทให้กับฟุตบอลจะไม่มี เวลาให้กับภรรยา แต่ศรีภรรยากลับก็เข้าอกเข้าใจเพราะการที่ได้ทำอะไรตามฝันกับเพื่อนร่วมชาติ นั้นจะเป็นสิ่งที่งดงามในความทรงจำตลอดไป

หรวนเหรินฉาย

มาทำงานในไต้หวันเพราะฟุตบอล

กัปตันทีมอี้อัน(Choa 37 FC)

หรวนเหรินฉาย   เกิดและโตที่จังหวัดเหงาะอานของเวียดนามและเป็นนักเตะทีมอี้อันของ
เวียดนามด้วย ช่วงปี 2013 เขาได้รับบาดเจ็บสาหัสขณะที่ลงแข่งและไม่สามารถกลับมาเตะ
ฟุตบอลได้อีกทำให้เขารู้สึกเหมือนชีวิตพังทลายลง หลายปีต่อมา เมื่อเขาทราบจากเพื่อนว่าที่
ไต้หวันมีการแข่งขันฟุตบอลแรงงานต่างชาติจึงทำให้เขาสนใจเดินทางมาทำงานในไต้หวัน แม้การ
ทำงานในไต้หวันจะลำบากแต่เมื่อมีเพื่อนร่วมชาติเป็นเพื่อนเตะบอลก็ทำให้เขามีความสุขไม่น้อยที่
ได้มีโอกาสมายังประเทศที่สนับสนุนฟุตบอลแรงงานและหวังว่าความนิยมในกีฬาฟุตบอลของกลุ่ม
แรงงานเวียดนามในไต้หวันจะปลุกกระแสความนิยมในกีฬาฟุตบอลในไต้หวันได้บ้างและเป็นที่
นิยมในวงกว้างไม่แพ้กีฬาเบสบอล

附錄

本書受訪之外籍足球隊簡介
Introduction for the teams

足球組織中英文對照

台灣外籍工作者發展協會 /GWO
台灣盃國際移民足球賽 /
TAIWAN CUP - Taiwan Immigrants Football Competition
中華民國足球協會 /CTFA (Chinese Taipei Football Association)
上班族聯賽 / TBSL
全國城市聯賽 / Taiwan City League
台灣企業甲級聯賽 / Taiwan Football Premier League (TFPL)
台北超聯賽 /OnTap Premier League (OTPL)
台灣冠軍足球聯賽 / T2.LIGA
在台非洲國家足球隊之友誼盃賽 /Burkina Faso's Tournament
台北紅獅足球俱樂部 /Taipei Red Lions FC
皇家蔚藍足球隊 /Royal Blues F.C.
台灣外籍移民足球聯盟 /TIFL (Taiwan Immigrants Football League)
台中野人足球俱樂部 /Taichung Savages FC
桃園國際足球俱樂部 /Inter Taoyuan FC
台北日本人足球俱樂部 /JFC-TAIPEI
立青足球隊 /LiChing FC
印尼足球聯盟 /TISL (Taiwan Indonesian Soccer League)
印尼隊 /Neili United FC
越南海陽隊 /HảiDương FC
越南義安隊 / Choa 37 FC

雷鳥足球俱樂部
Thunderbirds Soccer Club

　　由一群愛好足球運動的初中生於 1968 年組成，目前主要成員為台灣人，青少年球員培育、壯年及長青足球為主。

　　1970 年代是雷鳥最風光的時期，在許多比賽場域榮獲錦標。1982 年全國足球聯賽成立，雷鳥成為首屆聯賽的七支球隊裡唯一完全由民間團體組成的球隊。

　　90 年代開始，俱樂部將焦點轉向於青少年球員的培育，1994 年創辦高中足球聯賽，1997 年更名為雷鳥足球俱樂部，2006 年 1 月成立高雄市雷鳥足球協會，帶動地方足球創生。

　　Originally, this team was formed in 1968 by a group of football-loving junior high school students. At present, its main members are Taiwanese, and the team's main business objectives include training young players and promoting middle-aged and senior football.

　　The Thunderbirds Soccer Team enjoyed its most prestigious period during the 1970s, winning championships and victories on many fields. In 1982, the National Football League was established, and, among the seven teams in the first league, Thunderbirds was the only team composed entirely of private organizations.

　　Starting in the 1990s, Thunderbirds turned its focus to training young players, and the team founded the High School Football League in 1994. In 1997, the team was renamed Thunderbirds Soccer Club. In January 2006, the Kaohsiung City Thunderbirds Football Association was established, driving the creation and rebirth of local football.

皇家蔚藍俱樂部
Royal Blues Taipei

前稱為台北羅素足球俱樂部，2012 現任領隊 Robert Iwanicki 及 Matt Underwood 接手後，俱樂部重新命名為皇家蔚藍。主要成員為外籍球員，包含歐洲各國、西亞、東北亞、北美洲、中南美洲及部份台灣人。

2019 年開始俱樂部處於停止運作狀態。

曾經參與球賽：全國城市聯賽／台灣企業甲級聯賽／上班族聯賽 (BML)

Formerly known as Rogues FC, the club was renamed Royal Blues Taipei when its current leaders, Robert Iwanicki and Matt Underwood, took over in 2012. The main members of this team are foreign players from Europe, West Asia, Northeast Asia, and the Americas, along with some local Taiwanese talent.

Since 2019, the club has stopped operating.

Participation in the game: Taiwan City League/TFPL/BML

台北紅獅隊
Taipei Red Lions FC

　　台北紅獅足球隊於 1983 年在天母地區成立，是一支國際化的民間足球俱樂部，球隊包含台灣、亞洲其他國家及歐美球員，全隊球員線超過兩百人，在 U8、U15 方面，組成成員大多是台灣人。紅獅企甲隊主要為台灣人，及少部分中南美、歐洲及日本球員。參加 OTPL 與 BML 的球員則來自不同包含不同國籍的外國人。

　　主要參加上班族聯賽、台北超聯賽 (OTPL) 與台灣企業甲級聯賽。

　　Taipei Red Lions FC, an international private football club, was established around Tianmu in 1983. The team includes more than 200 players from Taiwan and other Asian countries, as well as from Europe and America. Most of its U8 and U15 squads' players are Taiwanese, as are the players who participate in the Taiwan Football Premier League. A handful of players come from Central and South America, Europe, and Japan. Players participating in OTPL and BML, meanwhile, are of diverse nationalities.

　　Participate in the game: BML, OTPL and TFPL.

台中野人足球俱樂部
Taichung Savages FC

　　前身為遭遇停賽而解散的 Tubbies FC，2018 重組班底、重新命名為 Taichung Savages FC，為中部成員國籍最多元球隊之一，不定期舉辦友誼賽、訓練或社交活動培養感情。2019 因 T2 聯賽停辦賽季，2020 夏天加入 TIFL 中部聯賽。

　　主要成員包含英格蘭.愛爾蘭.北愛爾蘭.蘇格蘭.加拿大.美國.南非.甘比亞.法國.比利時.荷蘭.德國.西班牙.巴拉圭.波蘭.貝里斯及哈薩克等國籍。

　　Tubbies FC, originally disbanded due to a suspension, was reorganized and renamed Taichung Savages FC in 2018. From time to time, the team would host friendly matches, training, and social activities to practice football and encourage cultural exchange. In 2019, due to the suspension of the T2 league season, the team joined the TIFL Central League in the summer of 2020.

　　Taichung Savages boasts a diverse set of talent: the team's players are from England, Ireland, Northern Ireland, Scotland, Canada, the United States, South Africa, Gambia, France, Belgium, Netherlands, Germany, Spain, Paraguay, Poland, Belize and Kazakhstan.

野地球生

台灣移民工足球紀事

桃園國際
Inter Taoyuan FC

　　桃園國際足球俱樂部成立於 2003 年，原名台北國際足球俱樂部。在 2019 -2020 賽季，俱樂部遷至桃園並簽約成為桃園市屬地球隊，是台灣著名的足球培訓機構與俱樂部。

　　成人男子隊 2020 年首度參加台灣企業乙級聯賽；女子隊則參加台灣女足最高殿堂 -- 台灣木蘭足球聯賽。桃園國際已有梯隊模式，許多球員都是通過俱樂部的青訓隊伍訓練，一步步進入更高層級的隊伍中。

　　男足隊成員包含台灣本土、歐美、東南亞及非洲各國的球員。女足隊以台灣本土球員為主。

Inter Taoyuan FC, formerly known as Taipei International FC, was established in 2003. In the 2019-2020 season, the club moved to Taoyuan and signed to become the affiliated Taoyuan City team. Inter Taoyuan is a famous football training institution and club in Taiwan.

The men's football team participated in the Taiwan Football Challenge League for the first time in 2020; the women's team, meanwhile, participated in the highest honor of Taiwan women's football: "Taiwan Mulan Football League". Inter Taoyuan FC has developed an echelon formation system. Many players train through the club's youth team and gradually enter the higher-level team.

The men's football team includes players from Taiwan, Europe, America, Southeast Asia, and Africa. Most members of the women's football team are Taiwanese players.

台北日本足球隊
JFC-TAIPEI

JFC-TAIPEI 以台北為中心，由在台灣享受足球的日本駐在員組成的聚會性質球會，但也有參與競爭性聯賽，如 T2、大臺北社會人足球聯賽與上班族聯賽等等，每年甚至會到亞洲各國參加由許多海外日籍業餘俱樂部的盃賽。

成員橫跨老中青年齡層球員，約 90 人，為台灣最具規模的日籍球隊。

JFC-TAIPEI is a gathering-type football club composed of Japanese workers stationed in Taiwan who enjoy football. JFC participates in competitive leagues such as T2, WHFA and BML. The club even travels to Asian countries every year to participate in cup competitions made up of many overseas Japanese amateur clubs.

JFC consists of young, middle aged, and elderly players numbering about 90 people, and it is the largest Japanese team in Taiwan.

甘比亞聯隊
Gambia United

　　2010 年，大專足球聯賽賽季結束後，由台灣各地的甘比亞籍學生及工作者所組成。屬於盃賽型隊伍，參與了包含 Burkina Faso's Tournament (在台非洲國家足球隊之友誼盃賽) 及 2019 年台灣盃等。目前無固定練習時間，通常於大賽前一個月開始集結練習。

　　In 2010, at the end of the University Football Association season, this team was composed of Gambian students and workers from across Taiwan. This cup-type team participated in the Burkina Faso Tournament (Friendship Cup of African National Football Teams in Taiwan) and the 2019 Taiwan Cup. At present, the team has no fixed practice time, but these practices usually start one month before a competition.

立青足球隊
Li Ching FC

　　以立青企業為支持，由愛好足球的在台泰籍工作者與學生組成的立青足球隊，成立已 20 年，是最早發展為具規模的泰籍足球俱樂部。參加台灣企業 5 人制聯賽並取得亮眼成績，而 11 人制則致力參加 T2、台灣泰國聯賽及台灣盃國際移民足球賽等。2020 參加 TIFL 聯賽。

　　因成員皆為泰籍學生及工作者，只能在周末及例假日舉行。

　　Supported by Li Ching Company Limited, Li Ching FC, composed of Thai workers and students who love football, has been established for 20 years; indeed, this team was the first to develop into a large-scale Thai football club. Li Ching FC has participated in the Taiwanese five-a-side football league and achieved excellent results. In the 11-a-side competition, the team committed to participating in T2, Taiwan Thailand League, and the Taiwan Cup. In 2020, the team participated in the TIFL league.Since its members are Thai students and workers, the team holds competitions and exercises on weekends and holidays only.

編輯後記

在 COVID-19 疫情嚴重蔓延的日子裡編製「野地球生 - 台灣移民工足球紀事」這本書，格外有感。

書裡絕大部份是外籍足球員或領隊教練的故事，因此主要的訪問必須採取英語、印尼語、越南語或泰語進行，部份過程還要特地安排雙語翻譯。印越泰籍移工受限於工廠嚴格的排班制度，就像他們踢足球一樣，平日幾乎不可能外出，只能利用週日專程出來接受訪問，或在好不容易的週日足球賽後的休息空檔分次採訪。將訪問內容寫成文稿後，有的還需要經過筆譯編寫為中文稿，經過統整潤稿後再分別翻譯為英文、印尼文、越南文及泰文文稿。

帶著口罩，編輯和受訪者暢談在台灣踢足球的故事，彼此的眼裡都是滿滿的思念 ---- 思念那些跑動在偌大足球草場的時光。

2020 年夏天，亞洲足協聯合會 AFC 正式通過「台灣盃國際移工足球比賽」及 GWO 成立的台灣外籍移民足球聯盟 TIFL 獲得「2020 夢想亞洲公益指定項目」，這也是台灣第一次民間 NGO 獲得國際足球組織肯定的殊榮。本書的出版除了見證這些年來的努力，也嘗試為在台灣的外籍移民工足球的發展留下記錄。

感謝所有參與本書編製的工作夥伴。由於經費、人力及時間等諸多限制，仍有許多議題未及討論。期待相關研究者不吝指正本書，並對未盡之議題亦能有後續的探討。

台灣外籍移民足球聯盟 TIFL 簡介

TIFL 致力於整合熱愛足球的外籍工作者資源，管理臺灣盃聯賽與其他足球隊比賽、培訓多語種裁判、舉辦運動保護基礎課程等。促進外籍工作者足球融入台灣，成為足球發展新力量。

統整參與台灣外籍移民足球的資源，

提供外籍移民工足球隊資訊、TIFL 最新賽事表現、裁判及球員媒合及足球整合行銷等服務。

相關合作洽詢：+886-2-23751231 e-mail：contact@allfootball.tw

TIFL 官網 **眾足球**
http://www.allfootball.tw

臉書 FACEBOOK

價值主張

- 多國籍
- 跨族群
- 移民與本地運動交流

多元交流

草根混搭
♥ 足球

平等參與

創造產值

- 足球運動根植
- 多元運動風格交流
- 開放參與、新模式實驗

- 我們因足球而平等
- 我們平等的使用空間

- 協助草根足球隊自主營運
- 發展多元足球文化、記錄有形文化財

社團法人台灣外籍工作者發展協會

100 台北市中正區忠孝西路一段72號9樓之1
9F-1 No.72 Sec.1 Zhongxiao West Rd., Taipei City, Taiwan, ROC
TEL: +886-2-23751231　　E-Mail: 1955yes@gmail.com

社團法人台灣外籍工作者發展協會（GWO: Global Workers' Organization,Taiwan）成立於2013年，為一服務在台的移民、工作者及學生的非營利社會團體。我們提供移工教育培訓、法令宣導、文化交流等系列課程及活動，促進外籍工作者在台灣的生活適應、對台灣社會的了解，並提供多元文化交流推廣服務等。

我們致力經營與外籍移民工社群的連結及合作。相關中文、英文、印尼文及越南文服務資訊詳參下列網址。

相關政府企業合作

- 2019臺北市政府國際移工穩定就業計畫「多元照護班」及「美妝快剪培訓班」
- 2019與印尼駐台北經濟文化辦事處合辦「第一屆印尼武術大賽」
- 2018與印尼駐台北經濟文化辦事處合辦「台灣炸雞主題創業工作坊」，培訓80位印尼移工炸雞技能及台灣、印尼業者聯合創業講座
- 2018-2019協辦台北市觀光傳播局「台北市開齋節活動」及海外行銷推廣活動
- 2018與台北捷運公司合作，安排印尼越南移工參加2018跨年活動交通志工活動之培訓及交通疏導、現場外語引導及協助外籍遊客等任務。
- 2018辦理桃園市勞動局執行「外籍移工中文班及金融教育班」課程
- 2018～2019，協辦印尼政府教育部「海外移工平等教育計畫」課程
- 2018協助文化總會「黑啤酒東南飛」東南亞動畫系列顧問
- 2017～2018 協辦國立臺灣博物館「南洋味•家鄉味特展」
- 2018.7協辦接待外交部印尼媒體高層訪台團

- 2017.12協辦「新北市體育處移工路跑活動」
- 2017.7協助外交部接待印尼國會議員團來台訪問及「印尼移民工在台灣概況」簡報。
- 2017.3協辦「全球印尼留學生2017台灣年會」單位

多語發聲自我維權系列

- 2018舉辦新台客影音獎(原移民工影音獎)徵選活動
- 2015-2017舉辦「自己的故事自己拍～移民工影音獎」
- 2015-2017移民工公民新聞工作培訓/印尼語、越南語.英語
- 2016.9出版「跨界發聲 看見國際移工真實身影」中英越印及泰語專書
- 2016與印尼國營通訊社合作出版「Taiwan Kini台灣現在事」印尼月刊，介紹台灣文化、旅遊及生活報導
- 2016,印尼語談話節目 BICARA製播

製作在台灣移工社群流行議題之談話性節目，邀請移工上節目暢談。

- 2015～2016，新北市政府幸福新民報電視節目企畫製作(印.泰.越語版)
- 2014.6～2015協助執行移民署新住民全球新聞網多語新聞網站
- 2015辦理新住民口語傳播課程媒體表達培訓系列課程
- 2013發行製播「唱四方」節目

GWO Taiwan

GWO Indonesia

GWO Vietnam

移工
翻轉學苑

GWO 台灣外籍工作者發展協會
Global Workers' Organization, Taiwan

Global Workers' Up-Skill Center
Difference makes Excellence

移工翻轉學苑合作專線:+886-2-23751231*17

台灣外籍工作者發展協會2016.6首度舉辦「印尼移民工創業加盟研習營」活動備受移工歡迎,2017跟進開辦「移工翻轉學苑」。2017迄2019年底,已陸續開設烘焙、飲調、台灣特色美食、造型美髮、快速剪髮、網路行銷、台式雞排創業主題工作坊及創業小旅行等系列課程,培訓包含印尼越南菲律賓等國籍移工超過500人。同時,更南下高雄開課,提供南台灣移工假日學習的實用課程,獲得南部移工的熱烈歡迎。

2019年更與台灣師大合作,開辦以通過國家華語測驗TOCFL為目標的移工華語班,並發展華語導覽課程等週邊課程,協助提升移工華語專業。

移工翻轉學苑受訓移工多數中文流利,或可用中文溝通。台灣企業如有在印尼、越南及菲律賓等國之人才需求,歡迎洽詢本會提供優質之返國移工人選,幫助企業擔任翻譯、導遊、服務業合作創業等市場投資發展需求。

我要捐發票，愛心碼1955
Wǒ yào juān fāpiào, fāpiào àixīnmǎ 1955

台灣外籍工作者發展協會（GWO: Global Workers' Organization, Taiwan）是一個服務在台灣外籍工作者、學生及新住民的非政府、非營利的團體。我們為移工舉辦課程培訓、運動及文化等、法令宣導等各項活動非常需要外界的協助。現在開始你就可以隨手幫助GWO!

當你在便利商店買東西結帳前，請告訴店員:
我要捐發票，發票愛心碼1955
就可將發票捐給GWO，如果發票中獎，獎金可捐贈我們，協助GWO有經費持續為在台灣的移工朋友提供工作諮詢、課程學習、創業活動、足球及文化交流等移工平權活動及媒體資訊服務。

Donate Your Receipts to 1955

When checking out after shopping, please tell the cashier, "I want to donate my receipt to donation code 1955."
The receipt will be donated to GWO, providing funds towards programs for work, living, traveling in Taiwan, football, Mandarin classes, learning skills, and online programs for migrant workers in Taiwan.

Sumbangkan Kupon Belanja Anda ke 1955

Sebelum Anda melakukan pembayaran ketika membeli barang, harap beritahu petugas toko : "Saya akan menyumbangkan kupon belanja ke 1955"
Secara otomatis kupon belanja Anda akan disumbangkan untuk GWO, dana sumbangan ini nantinya akan digunakan GWO dalam memberikan fasilitas layanan bagi teman-teman pekerja migran di Taiwan di bidang pekerjaan; kehidupan; wisata seputar Taiwan; kegiatan sepakbola; kelas bahasa Mandarin dan pelatihan keterampilan; serta berbagai program acara atau kegiatan melalui jaringan internet.

Mua đồ quyên góp hóa đơn 「1955」

Khi mua đồ trước khi thanh toán xin nói trước với nhân viên thu ngân:
「tôi muốn quyên góp hóa đơn, mã số quyên góp 1955」
Thực hiện thao tác trên là bạn có thể quyên góp hóa đơn của bạn cho GWO, tích góp kinh phí để làm các chương trình trên mạng và tổ chức hoạt động về kỹ năng học tập, giảng dạy tiếng Hoa, thi đấu bóng đá, du lịch Đài Loan, cung cấp thông tin về cuộc sống và công việc dành cho các bạn lao động nước ngoài đang làm việc tại Đài Loan.

ซื้อของบริจาคใบเสร็จรับเงิน(ฟาเพี่ยว) กรุณาบริจาค 「1955」

ซื้อของแล้วก่อนการชำระเงิน กรุณาบอกกับพนักงานร้านค้า :
"ฉันจะบริจาคใบเสร็จรับเงิน (ฟาเพี่ยว) บริจาคน้ำใจหมายเลข1955"
สามารถบริจาคใบเสร็จรับเงิน(ฟาเพี่ยว)
ให้กับGWO มีเงินทุนเพื่อเพื่อนแรงงานข้ามชาติในไต้หวัน
ในการให้บริการกิจกรรมชีวิตความเป็นอยู่
การทำงาน การท่องเที่ยวไต้หวัน ฟุตบอล การเรียนการสอนภาษาจีน
ทักษะการเรียนรู้ และโปรแกรมรายการทางอินเทอร์เน็ต!

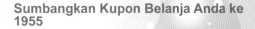

Biiip
Pembeli:
Kami mau sumbangkan kupon belanja kami

Petugas Toko :
Berapakah nomor peduli kasih tujuan Anda ?
Pembeli:
1955

Petugas Toko :
OK, sudah diproses
Pembeli:
Wow, mudah sekali !

Ketika berbelanja di toko, jangan lupa sumbangkan kupon belanja Anda lho !
Nomor peduli kasih kupon yakni 1955

國家圖書館出版品預行編目資料

野地球生：台灣移民工足球紀事 = Free kick in the wild field : the story
of Taiwan immigrant Workers' Football = Eksistensi Sepak Terjang Bola =
ฟรีคิกในแดนดิบ = sức sống từ bóng đá hoang dã / 徐瑞希, 施元文主編. -- 臺北
市：臺灣外籍工作者發展協會, 2020.08
　　面；　公分
部分內容為英文、印尼文、越文、泰文
ISBN 978-986-99462-0-9(平裝)

1.足球 2.運動競賽 3.移工 4.新住民

528.951　　　　　　　　　　　　　　　　　109012815

野地求生　台灣移民工足球紀事
Free Kick in the Wild Field
Membumikan Sepak Bola di Tanah Formosa
ฟรีคิกในแดนดิบ
sức sống từ bóng đá hoang dã

出 版 者	：社團法人臺灣外籍工作者發展協會 GWO / Global Workers' Organization, Taiwan
發 行 人	：徐瑞希
主　　編	：徐瑞希、施元文
翻　　譯	：周思妤、黃桐巖、李宜勳、阮氏芳花、黃資涵
編　　輯	：張真
美術編輯	：李文琪　攝影：何曰昌
地　　址	：100 台北市中正區忠孝西路一段 72 號 9 樓之 1
電　　話	：+886-2-23751231
E - m a i l	：gwo1955@gmail.com
捐款帳號	：帳號：50323911　戶名：社團法人臺灣外籍工作者發展協會
印製銷售	：秀威資訊科技股份有限公司
地　　址	：114 台北市內湖區瑞光路 76 巷 65 號 1 樓
電　　話	：+886-2-2796-3638　傳真：+886-2-2796-1377
劃撥帳號	：19563868　戶名：秀威資訊科技股份有限公司
讀者服務信	：service@showwe.com.tw
出版日期	：2020 年 8 月
定　　價	：定價／新台幣 450 元

（如有缺頁、破損、裝訂錯誤，請寄回更換）

ISBN-13 ： 978-986-99462-0-9

本書承蒙 文化部 部分經費贊助
MINISTRY OF CULTURE
REPUBLIC OF CHINA (TAIWAN)